Bánh ngọt ngào 2023

100 công thức độc đáo và dễ làm cho những chiếc bánh ngọt hoàn hảo

Hoàng Thuỳ Linh

nội dung

bánh thiên thần

Làm bánh 9"/23 cm

75 g/3 oz/¾ chén bột mì (đa dụng)

25 g/1 oz/2 tbsp bột ngô (cornstarch)

Một nhúm muối

225 g/8 oz/1 cốc đường bột (siêu mịn)

10 lòng trắng trứng

1 thìa nước cốt chanh

1 muỗng cà phê kem cao răng

1 muỗng cà phê tinh chất vani (chiết xuất)

Trộn bột và muối với một phần tư lượng đường và rây kỹ. Đánh nửa lòng trắng trứng với nửa quả chanh cho đến khi bông xốp. Thêm một nửa cream of tartar và một muỗng cà phê đường và đánh cho đến khi hình thành các đỉnh cứng. Lặp lại với lòng trắng trứng còn lại, sau đó trộn chúng lại với nhau và dần dần kết hợp đường và tinh chất vani còn lại. Rất dần dần thêm hỗn hợp bột vào lòng trắng trứng. Đổ vào chảo dạng lò xo 9cm/23cm đã bôi mỡ (chảo hình ống) và nướng trong lò 350°F/180°C/lò nhiệt 4 đã làm nóng trước trong 45 phút cho đến khi sờ vào thấy cứng. Lật ngược khuôn lên giá dây và để nguội trong khuôn trước khi mở khuôn.

Đánh kem cho đến khi bông cứng. Phết một nửa lên một trong những chiếc bánh, xếp mâm xôi lên trên và phủ phần kem còn lại. Che với chiếc bánh thứ hai và phục vụ.

bánh bơ vàng

Làm bánh 9"/23 cm

8 oz/1 chén bơ hoặc bơ thực vật, làm mềm

450 g/1 lb/2 chén đường bột (siêu mịn)

5 quả trứng, tách ra

8 fl oz/1 cốc sữa chua nguyên chất

400 g/14 oz/3½ chén bột mì (đa dụng)

10ml/2 tsp bột nở

Một nhúm muối

Đánh bơ hoặc bơ thực vật và đường với nhau cho đến khi nhẹ và mịn. Dần dần kết hợp lòng đỏ trứng và sữa chua, sau đó kết hợp bột mì, bột nở và muối. Đánh lòng trắng trứng cho đến khi bông cứng, sau đó nhẹ nhàng trộn vào hỗn hợp bằng thìa kim loại. Đổ vào khuôn (hộp thiếc) bánh 9 cm/23 cm đã bôi mỡ và nướng trong lò nướng có nhiệt độ 350°F/180°C/bộ điều nhiệt 4 đã làm nóng trước trong 45 phút cho đến khi có màu vàng và mềm khi chạm vào. Để nguội trong chảo trong 10 phút, sau đó mở khuôn lên giá để nguội hoàn toàn.

Miếng bọt biển cà phê tất cả trong một

Làm bánh 8"/20cm

100 g/4 oz/½ cốc bơ hoặc bơ thực vật, đã làm mềm

100 g/4 oz/½ chén đường bột (siêu mịn)

100 g/4 oz/1 cốc bột mì tự nở (self-rising)

2.5ml/½ muỗng cà phê bột nở

Bột cà phê hòa tan 15ml/1tbsp hòa tan với 10ml/2tsp nước nóng

2 quả trứng

Trộn tất cả các thành phần với nhau cho đến khi trộn đều. Đổ vào khuôn bánh (thiếc) 8"/20 cm đã được bôi mỡ và lót sẵn rồi nướng trong lò nướng có nhiệt độ 350°F/180°C/lò nhiệt 4 đã được làm nóng trước trong 30 phút cho đến khi bánh nở và có độ đàn hồi khi chạm vào.

bánh bông lan Séc

Làm bánh 10 x 6"/15 x 25 cm

350 g/12 oz/3 chén bột mì (đa dụng)

2/3 cốc/4 oz/100 g đường (dùng cho bánh kẹo), rây

100 g/4 oz/1 chén quả phỉ hoặc hạnh nhân

15ml/1 muỗng canh bột nở

150 ml/¼ pt/2/3 cốc sữa

2 quả trứng, đánh nhẹ

8 fl oz/1 chén dầu hướng dương

225g/8oz trái cây tươi

Đối với đóng băng:

400 ml/14 fl oz/1¾ cốc nước ép trái cây

20ml/4 muỗng cà phê bột hoàng tinh

Trộn các thành phần khô với nhau. Kết hợp sữa, trứng và dầu và thêm vào hỗn hợp. Đổ vào khuôn bánh cạn 15 x 25 cm/6 x 10 đã bôi mỡ và nướng trong lò nướng 350°F/180°C/lò nhiệt 4 đã làm nóng trước trong khoảng 35 phút cho đến khi bánh cứng lại. Để nguội.

Sắp xếp trái cây ở dưới cùng của bánh bông lan. Đun sôi nước trái cây và dong riềng, khuấy đều cho đến khi đặc lại, sau đó đổ men lên trên mặt bánh.

Bánh mật ong đơn giản

Làm bánh 8"/20cm

100 g/4 oz/½ cốc bơ hoặc bơ thực vật, đã làm mềm

25 g/1 oz/2 muỗng canh đường bột (siêu mịn)

60ml/4 muỗng cà phê mật ong nguyên chất

2 quả trứng, đánh nhẹ

175 g/6 oz/1½ cốc bột mì tự nở (tự nở)

2.5ml/½ muỗng cà phê bột nở

5ml/1 muỗng cà phê. quế đất

15ml/1 muỗng canh nước

Đánh tất cả các thành phần với nhau cho đến khi mịn. Đổ vào khuôn bánh 8"/20 cm (thiếc) đã được bôi mỡ và lót giấy rồi nướng ở nhiệt độ 375°F/190°C/lò nhiệt 5 đã được làm nóng trước trong 30 phút cho đến khi bánh nổi lên và có độ đàn hồi khi chạm vào.

Miếng bọt biển chanh tất cả trong một

Làm bánh 8"/20cm

100 g/4 oz/½ cốc bơ hoặc bơ thực vật, đã làm mềm

100 g/4 oz/½ chén đường bột (siêu mịn)

100 g/4 oz/1 cốc bột mì tự nở (self-rising)

2.5ml/½ muỗng cà phê bột nở

Vỏ bào của 1 quả chanh

15ml/1 thìa nước cốt chanh

2 quả trứng

Trộn tất cả các thành phần với nhau cho đến khi trộn đều. Đổ vào khuôn bánh (thiếc) 8”/20 cm đã được bôi mỡ và lót sẵn rồi nướng trong lò nướng có nhiệt độ 350°F/180°C/lò nhiệt 4 đã được làm nóng trước trong 30 phút cho đến khi bánh nở và có độ đàn hồi khi chạm vào.

bánh bông lan chanh

Làm bánh 10"/25 cm

225 g/8 oz/2 cốc bột mì tự nở (tự nở)

15ml/1 muỗng canh bột nở

5ml/1 thìa cafe muối

350 g/12 oz/1½ chén đường bột (siêu mịn)

7 quả trứng, tách ra

120 ml/4 fl oz/½ cốc dầu

6 fl oz/¾ cốc nước

10ml/2 muỗng canh. Mứt chanh

5ml/1 tsp tinh chất vani (chiết xuất)

2,5ml/½ muỗng cà phê kem cao răng

Trộn đều bột mì, bột nở, muối và đường rồi tạo một cái giếng ở giữa. Trộn lòng đỏ trứng, dầu, nước, vỏ chanh và tinh chất vani rồi khuấy đều với nguyên liệu khô. Đánh lòng trắng trứng và cream of tartar với nhau cho đến khi bông cứng. Khuấy vào hỗn hợp bánh. Đổ vào khuôn bánh 25 cm/10 khuôn không bôi mỡ và nướng trong lò đã làm nóng trước ở 160°C/325°F/nhiệt độ 3 trong 1 giờ.

Tắt lò nhưng để bánh nghỉ thêm 8 phút nữa. Lấy ra khỏi lò và trở lại giá làm mát để làm nguội hoàn toàn.

Bánh chanh

Làm bánh 900 g/2 lb

100 g/4 oz/½ cốc bơ hoặc bơ thực vật, đã làm mềm

175 g/6 oz/¾ cốc đường bột (siêu mịn)

2 quả trứng, đánh nhẹ

175 g/6 oz/1½ cốc bột mì tự nở (tự nở)

60ml/4 muỗng canh sữa

Vỏ bào của 1 quả chanh

Đối với xi-rô:

60ml/4 muỗng cà phê đường đóng băng (bánh kẹo), rây

45ml/3 muỗng canh nước cốt chanh

Đánh bơ hoặc bơ thực vật và đường với nhau cho đến khi nhẹ và mịn. Dần dần thêm trứng, sau đó bột mì, sữa và vỏ chanh và trộn cho đến khi mềm. Đổ vào khuôn (thiếc) có ổ bánh mì 900g/2lb (thiếc) đã được bôi mỡ và lót giấy rồi nướng ở nhiệt độ 350°F/180°C/lò nhiệt 4 đã được làm nóng trước trong 45 phút cho đến khi sờ vào thấy mềm.

Trộn đường bột và nước chanh và đổ lên bánh ngay khi lấy ra khỏi lò. Để nguội cho vào khuôn.

Bánh chanh và vani

Làm bánh 900 g/2 lb

8 oz/1 chén bơ hoặc bơ thực vật, làm mềm

450 g/1 lb/2 chén đường bột (siêu mịn)

4 quả trứng, tách ra

350 g/12 oz/3 chén bột mì (đa dụng)

10ml/2 tsp bột nở

200 ml/7 fl oz/ít 1 cốc sữa

2,5ml/½ muỗng cà phê tinh chất chanh (chiết xuất)

2,5ml/½ muỗng cà phê tinh chất vani (chiết xuất)

Đánh bông bơ và đường với nhau, sau đó cho lòng đỏ trứng vào khuấy đều. Thêm bột mì và bột nở xen kẽ với sữa. Thêm tinh chất chanh và vani. Đánh lòng trắng trứng cho đến khi chúng tạo thành các đỉnh mềm, sau đó nhẹ nhàng trộn chúng vào hỗn hợp. Đổ vào khuôn (thiếc) có ổ bánh mì 900g/2lb đã bôi mỡ và nướng trong lò đã làm nóng trước ở nhiệt độ 150°C/300°F/nhiệt độ 2 trong 1 tiếng rưỡi cho đến khi có màu vàng nâu và mềm khi chạm vào.

bánh Madeira

Làm bánh 7"/18 cm

6 oz/¾ cốc/175 g bơ hoặc bơ thực vật, để mềm

175 g/6 oz/¾ cốc đường bột (siêu mịn)

3 quả trứng lớn

150 g/5 oz/1¼ chén bột mì tự nở (tự nở)

100 g/4 oz/1 cốc bột mì (đa dụng)

Một nhúm muối

Vỏ bào và nước cốt của ½ quả chanh

Đánh bơ hoặc bơ thực vật và đường với nhau cho đến khi nhạt và mềm. Thêm từng quả trứng vào, đánh đều giữa mỗi lần thêm. Kết hợp phần còn lại của các thành phần. Đổ vào khuôn bánh có đường kính 18 cm/7 đã phết bơ và lót giấy bạc rồi san phẳng bề mặt. Nướng trong lò đã làm nóng trước ở 160°C/325°F/nhiệt độ 3 trong 1 đến 1 tiếng rưỡi, cho đến khi có màu vàng nâu và mềm khi chạm vào. Để nguội trong 5 phút trong chảo trước khi mở khuôn trên giá dây để nguội hoàn toàn.

bánh hoa cúc

Làm bánh 8"/20cm

4 quả trứng, tách ra

15 ml/1 tbsp đường cát (siêu mịn)

175 g/6 oz/1½ chén bột mì (đa dụng)

100 g/4 oz/1 chén bột khoai tây

2,5ml/½ muỗng cà phê tinh chất vani (chiết xuất)

1 oz/3 muỗng canh/25 g đường đóng băng (bánh kẹo), rây

Đánh lòng đỏ trứng và đường với nhau cho đến khi có màu nhạt và kem. Dần dần kết hợp bột mì, tinh bột khoai tây và tinh chất vani. Đánh bông lòng trắng trứng và cho vào hỗn hợp. Đổ hỗn hợp vào khuôn bánh 20 cm/8 đã được bôi mỡ và lót giấy rồi nướng trong lò đã làm nóng trước ở 200°C/400°F/nhiệt 6 chỉ trong 5 phút. Lấy bánh ra khỏi lò và dùng dao sắc rạch một đường chéo lên trên, sau đó cho bánh trở lại lò nướng càng nhanh càng tốt và nướng thêm 5 phút nữa. Giảm nhiệt độ lò xuống 180°C/350°F/nhiệt độ 4 và nướng thêm 25 phút nữa cho đến khi nở đều và có màu vàng nâu. Để nguội, sau đó dùng với đường bột.

bánh sữa nóng

Làm bánh 9"/23 cm

4 quả trứng, đánh nhẹ

5ml/1 tsp tinh chất vani (chiết xuất)

450 g/1 lb/2 cốc đường cát

225 g/8 oz/2 cốc bột mì tự nở (tự nở)

10ml/2 tsp bột nở

2,5ml/½ muỗng cà phê muối

250 ml/8 fl oz/1 cốc sữa

25 g/1 oz/2 muỗng canh bơ hoặc bơ thực vật

Đánh trứng với nhau, tinh chất vani và đường cho đến khi nhẹ và mịn. Dần dần thêm bột mì, bột nở và muối. Đun sôi sữa và bơ hoặc bơ thực vật trong một cái chảo nhỏ, sau đó cho hỗn hợp vào và trộn đều. Đổ vào khuôn bánh 9 cm/23 cm đã được bôi mỡ và rắc bột mì rồi nướng trong lò đã làm nóng trước ở nhiệt độ 180°C/350°F/nhiệt độ 4 trong 40 phút cho đến khi có màu vàng và mềm khi chạm vào.

bánh bông lan sữa

Làm bánh 8"/20cm

150 ml/¼ pt/2/3 cốc sữa

3 quả trứng

175 g/6 oz/¾ cốc đường bột (siêu mịn)

5ml/1 thìa nước cốt chanh

350 g /12 oz/3 chén bột mì (đa dụng)

5ml/1 muỗng cà phê bột nở

Đun nóng sữa trong nồi. Đánh trứng trong một cái bát cho đến khi dày và kem, sau đó thêm đường và nước cốt chanh. Đổ bột mì và bột nở vào, sau đó cho từ từ sữa nóng vào khuấy đều cho đến khi mịn. Đổ vào khuôn (thiếc) hình ổ bánh mì 8"/20cm đã được bôi mỡ và nướng trong lò 4 nhiệt độ 350°F/180°C/bộ điều nhiệt 4 đã làm nóng trước trong 20 phút cho đến khi bánh nở đều và đàn hồi khi chạm vào.

Miếng bọt biển mocha tất cả trong một

Làm bánh 8"/20cm

100 g/4 oz/½ cốc bơ hoặc bơ thực vật, đã làm mềm

100 g/4 oz/½ chén đường bột (siêu mịn)

100 g/4 oz/1 cốc bột mì tự nở (self-rising)

2.5ml/½ muỗng cà phê bột nở

Bột cà phê hòa tan 15ml/1tbsp hòa tan với 10ml/2tsp nước nóng

15 ml/1 tbsp bột ca cao (sô cô la không đường)

2 quả trứng

Trộn tất cả các thành phần với nhau cho đến khi trộn đều. Đổ vào khuôn bánh (thiếc) 8"/20 cm đã được bôi mỡ và lót sẵn rồi nướng trong lò nướng có nhiệt độ 350°F/180°C/lò nhiệt 4 đã được làm nóng trước trong 30 phút cho đến khi bánh nở và có độ đàn hồi khi chạm vào.

bánh xạ hương

Làm bánh 7"/18 cm

6 oz/¾ cốc/175 g bơ hoặc bơ thực vật, để mềm

175 g/6 oz/¾ cốc đường bột (siêu mịn)

3 quả trứng

30 ml/2 muỗng canh. rượu Moscatel ngọt ngào

225 g/8 oz/2 chén bột mì (đa dụng)

10ml/2 tsp bột nở

Đánh bơ hoặc bơ thực vật và đường với nhau cho đến khi nhẹ và mịn, sau đó cho trứng và rượu vào khuấy đều. Thêm bột mì và bột nở và trộn cho đến khi mịn. Đổ vào khuôn bánh 7 cm/18 cm đã được bôi mỡ và lót giấy rồi nướng trong lò nướng có nhiệt độ 180°C/350°F/bộ điều nhiệt 4 đã làm nóng trước trong 1 tiếng rưỡi cho đến khi có màu vàng và mềm khi chạm vào. Để nguội trong chảo trong 5 phút, sau đó mở khuôn lên giá để nguội hoàn toàn.

Miếng bọt biển màu cam tất cả trong một

Làm bánh 8"/20cm

100 g/4 oz/½ cốc bơ hoặc bơ thực vật, đã làm mềm

100 g/4 oz/½ chén đường bột (siêu mịn)

100 g/4 oz/1 cốc bột mì tự nở (self-rising)

2.5ml/½ muỗng cà phê bột nở

Vỏ bào của 1 quả cam

15 ml/1 muỗng canh nước cam

2 quả trứng

Trộn tất cả các thành phần với nhau cho đến khi trộn đều. Đổ vào khuôn bánh (thiếc) 8"/20 cm đã được bôi mỡ và lót sẵn rồi nướng trong lò nướng có nhiệt độ 350°F/180°C/lò nhiệt 4 đã được làm nóng trước trong 30 phút cho đến khi bánh nở và có độ đàn hồi khi chạm vào.

bánh tự nhiên

Làm bánh 9"/23 cm

2 oz/¼ cốc/50 g bơ hoặc bơ thực vật

225 g/8 oz/2 chén bột mì (đa dụng)

2,5ml/½ muỗng cà phê muối

15ml/1 muỗng canh bột nở

30 ml/2 tbsp đường cát (siêu mịn)

250 ml/8 fl oz/1 cốc sữa

Chà bơ hoặc bơ thực vật vào bột mì, muối và bột nở cho đến khi hỗn hợp giống như vụn bánh mì. Khuấy đường. Dần dần thêm sữa và trộn cho đến khi mịn. Nhẹ nhàng ấn bánh vào khuôn (thiếc) có đường kính 9cm/23cm đã bôi mỡ và nướng trong lò nướng có nhiệt độ 325°F/160°C/bộ điều nhiệt 3 đã làm nóng trước trong khoảng 30 phút cho đến khi có màu vàng nhẹ.

bánh bông lan Tây Ban Nha

Làm bánh 9"/23 cm

4 quả trứng, tách ra

100g/4oz/½ chén đường cát

Vỏ bào của ½ quả chanh

25 g/1 oz/¼ cốc bột ngô

25 g/1 oz/¼ chén bột mì (tất cả các mục đích)

30 ml/2 muỗng canh đường (dùng làm bánh kẹo), rây mịn

Đánh lòng đỏ trứng, đường và vỏ chanh cho đến khi nhạt và mịn. Dần dần khuấy trong bột ngô và bột mì. Đánh lòng trắng trứng cho đến khi cứng, sau đó cho chúng vào bột. Đổ hỗn hợp vào khuôn vuông 9/23 cm đã bôi mỡ và nướng trong lò đã làm nóng trước ở nhiệt độ 220°C/425°F/nhiệt độ 7 trong 6 phút. Ngay lập tức lấy ra khỏi khuôn và để nguội. Phục vụ rắc đường đóng băng.

bánh Victoria

Làm bánh 7"/23 cm

6 oz/¾ cốc/175 g bơ hoặc bơ thực vật, để mềm

¾ cốc/6 oz/175 g đường bột (siêu mịn), cộng thêm để phủi bụi

3 quả trứng đánh tan

175 g/6 oz/1½ cốc bột mì tự nở (tự nở)

60ml/4 muỗng cà phê muỗng canh mứt dâu (giữ)

Đánh bơ hoặc bơ thực vật cho đến khi mềm, sau đó đánh kem với đường cho đến khi nhạt và mịn. Dần dần thêm trứng, sau đó thêm bột. Chia đều hỗn hợp giữa hai khuôn bánh sandwich 7 cm/18 cm đã được bôi mỡ và lót giấy. Nướng trong lò đã làm nóng trước ở 190°C/375°F/nhiệt độ 5 trong khoảng 20 phút cho đến khi bánh nở đều và mềm khi chạm vào. Cho ra giá để nguội, sau đó kẹp với mứt và rắc đường.

bánh bông lan đánh bông

Làm bánh 8"/20cm

2 quả trứng

75 g/3 oz/1⁄3 chén đường bột (siêu mịn)

50 g/2 oz/½ chén bột mì (đa dụng)

120 ml/4 fl oz/½ cốc kem đôi (đặc), đánh bông

45 ml/3 muỗng canh. muỗng canh mứt mâm xôi (giữ)

Đường bột (bánh kẹo), rây mịn

Đánh trứng và đường với nhau trong ít nhất 5 phút cho đến khi chúng chuyển sang màu trắng. Khuấy bột mì. Đổ vào khuôn bánh sandwich 8/20 cm đã được bôi mỡ và lót giấy rồi nướng trong lò nướng 375°F/190°C/bộ điều nhiệt 5 đã làm nóng trước trong 20 phút cho đến khi chạm vào có độ đàn hồi. Để nguội trên giá.

Cắt đôi chiếc bánh theo chiều ngang, sau đó kẹp hai nửa với kem và mứt. Rắc đường đóng băng lên trên.

Bánh bông lan cối xay gió

Làm bánh 8"/20cm

Đối với bánh:

175 g/6 oz/1½ cốc bột mì tự nở (tự nở)

5ml/1 muỗng cà phê bột nở

6 oz/¾ cốc/175 g bơ hoặc bơ thực vật, để mềm

175 g/6 oz/¾ cốc đường bột (siêu mịn)

3 quả trứng

5ml/1 tsp tinh chất vani (chiết xuất)

Đối với đóng băng (đóng băng):

100 g/4 oz/½ cốc bơ hoặc bơ thực vật, đã làm mềm

175 g/6 oz/1 cốc đường bột (dành cho bánh kẹo), rây mịn

75 ml/5 muỗng canh. muỗng canh mứt dâu (giữ)

Một nhánh đường và vài lát kẹo cam, chanh (kẹo) để trang trí

Kem tất cả các thành phần bánh với nhau cho đến khi mịn. Chia thành hai khuôn (khuôn) bánh 20cm đã được bôi mỡ và lót giấy bạc rồi nướng trong lò 160°C/325°F/ lò nhiệt 3 đã được làm nóng trước trong 20 phút cho đến khi vàng và mềm khi chạm vào. Để nguội trong khuôn trong 5 phút, sau đó lấy khuôn ra giá để nguội hoàn toàn.

Để làm kem, đánh kem bơ hoặc bơ thực vật với đường đóng băng cho đến khi nó có độ đặc có thể phết được. Phết mứt lên trên một chiếc bánh, sau đó phết một nửa lớp kem phủ và đặt chiếc bánh thứ hai lên trên. Phết lớp kem còn lại lên trên mặt bánh và làm mịn bằng dao bảng màu. Cắt một hình tròn giấy da (sáp) hình tròn 8"/20cm và gấp thành 8 đoạn. Để lại một hình tròn nhỏ ở giữa để giữ giấy lại với nhau, cắt các đoạn xen kẽ và đặt giấy lên bánh như khuôn tô. Rắc nhánh đường không trang trí lên các phần không trang trí, sau đó lấy giấy ra và sắp xếp các lát cam và chanh thành hình đẹp mắt trên các phần không trang trí.

trứng cuộn Thụy Sĩ

Tạo cuộn 8"/20cm

3 quả trứng

75 g/3 oz/1⁄3 chén đường bột (siêu mịn)

75 g/3 oz/¾ cốc bột mì tự nở (tự nở)

Đường bột (siêu mịn) để rắc

75 ml/5 muỗng canh. muỗng canh mứt mâm xôi (giữ)

Đánh trứng và đường với nhau trong khoảng 10 phút cho đến khi rất nhạt và đặc và hỗn hợp chảy ra từ máy đánh trứng thành dải. Khuấy bột mì và đổ vào chảo dạng lò xo cuộn Thụy Sĩ đã phết bơ và lót 30 x 20 cm/12 x 8. Nướng trong lò đã làm nóng trước ở 200°C/400°F/nhiệt độ 4 trong 10 phút cho đến khi bánh nở đều và chắc khi chạm vào. Rắc đường bột lên khăn trà sạch (đuốc) và úp ngược bánh lên khăn trà. Lấy giấy lót ra, cắt các cạnh và chạy dao cách mép ngắn khoảng 1 inch, cắt nửa bánh xuống. Cuộn bánh từ mép đã cắt. Để nguội.

Mở bánh ra và phết mứt, sau đó cuộn lại và rắc đường bột lên trên.

cuộn Thụy Sĩ với táo

Tạo cuộn 8"/20cm

100 g/4 oz/1 cốc bột mì (đa dụng)

5ml/1 muỗng cà phê bột nở

Một nhúm muối

225 g/8 oz/1 cốc đường bột (siêu mịn)

3 quả trứng

5ml/1 tsp tinh chất vani (chiết xuất)

45ml/3 muỗng canh nước lạnh

Đường đóng băng (bánh kẹo), rây, để làm sạch

100 g/4 oz/1 cốc mứt táo (bảo quản trong)

Trộn đều bột mì, bột nở, muối và đường, sau đó cho trứng và tinh chất vani vào trộn đều cho đến khi mịn. Khuấy trong nước. Đổ hỗn hợp vào khuôn ổ bánh mì 30 x 20 cm/12 x 8 đã được bôi mỡ và rắc bột mì trong chảo ổ bánh mì Thụy Sĩ (chảo nướng) và nướng trong lò đã làm nóng trước ở nhiệt độ 190°C/375°F/nhiệt độ 5 trong 20 phút cho đến khi cảm thấy lò xo khi chạm vào. Rắc đường bột lên khăn trà sạch (đuốc) và úp ngược bánh lên khăn trà. Lấy giấy lót ra, cắt các cạnh và chạy dao cách mép ngắn khoảng 1 inch, cắt nửa bánh xuống. Cuộn bánh từ mép đã cắt. Để nguội.

Mở bánh ra và phết mứt táo lên gần các mép. Cuộn lại và rắc đường bột để phục vụ.

Cơm cuộn hạt dẻ rượu cognac

Tạo cuộn 8"/20cm

3 quả trứng

100 g/4 oz/½ chén đường bột (siêu mịn)

100 g/4 oz/1 cốc bột mì (đa dụng)

30ml/2 muỗng canh rượu cognac

Đường bột (siêu mịn) để rắc

Đối với trang trí và trang trí:

½ pt/1¼ cốc/300 ml kem đôi (dày)

15 ml/1 tbsp đường cát (siêu mịn)

250 g/9 oz/1 hộp hạt dẻ nhuyễn lớn

175 g/6 oz/1½ cốc sô cô la nguyên chất (bán ngọt)

15 g/½ oz/1 muỗng canh. muỗng canh bơ hoặc bơ thực vật

30ml/2 muỗng canh rượu cognac

Đánh trứng và đường cho đến khi nhạt và dày. Nhẹ nhàng khuấy bột và cognac bằng thìa kim loại. Đổ vào khuôn lò xo 30 x 20 cm/12 x 8 (chảo nướng) đã phết bơ và lót giấy rồi nướng trong lò đã làm nóng trước ở 220°C/425°F/nhiệt 7 trong 12 phút. Đặt một chiếc khăn trà sạch lên bề mặt làm việc, phủ một tờ giấy da (đã đánh sáp) và rắc đường bột. Lật ngược bánh lên giấy. Lấy giấy lót ra, cắt các cạnh và chạy dao cách mép ngắn khoảng 1 inch, cắt nửa bánh xuống. Cuộn bánh từ mép đã cắt. Để nguội.

Để làm nhân, đánh kem và đường cho đến khi bông cứng. Rây (lọc) hạt dẻ nhuyễn, sau đó đánh cho đến khi mịn. Kết hợp một nửa số kem vào bột hạt dẻ. Mở bánh ra và phết hạt dẻ nhuyễn lên bề mặt, sau đó cuộn bánh lại. Làm tan chảy sô cô la với bơ hoặc bơ thực vật và rượu cognac trong một cái bát cách nhiệt đặt trên một nồi nước sôi. Phết lên mặt bánh và dùng nĩa chấm hoa văn.

cuộn sô cô la Thụy Sĩ

Tạo cuộn 8"/20cm

3 quả trứng

75 g/3 oz/1/3 chén đường bột (siêu mịn)

50g/2oz/½ chén bột mì tự nở (self-rising)

25 g/1 oz/¼ cốc bột ca cao (sô cô la không đường)

Đường bột (siêu mịn) để rắc

120 ml/4 fl oz/½ cốc kem đôi (dày)

đường đóng băng (cho bánh kẹo) để rắc

Đánh trứng và đường với nhau trong khoảng 10 phút cho đến khi rất nhạt và đặc, và hỗn hợp chảy ra từ máy đánh trứng thành dải. Khuấy bột mì và ca cao rồi đổ vào chảo dạng lò xo 30 x 20 cm/12 x 8 đã phết bơ và lót sẵn. Nướng trong lò đã làm nóng trước ở 200°C/400°F/nhiệt độ 4 trong 10 phút cho đến khi bánh nở đều và chắc khi chạm vào. Rắc đường bột lên khăn trà sạch (đuốc) và úp ngược bánh lên khăn trà. Lấy giấy lót ra, cắt các cạnh và chạy dao cách mép ngắn khoảng 1 inch, cắt nửa bánh xuống. Cuộn bánh từ mép đã cắt. Để nguội.

Đánh kem cho đến khi bông cứng. Mở bánh ra và phết kem lên, sau đó cuộn lại và rắc đường bột lên trên.

cuộn chanh

Tạo cuộn 8"/20cm

75 g / 3 oz / ¾ cốc bột mì tự nở (self-rising)

5ml/1 muỗng cà phê bột nở

Một nhúm muối

1 quả trứng

175 g/6 oz/¾ cốc đường bột (siêu mịn)

15ml/1 muỗng canh dầu

5ml/1 muỗng cà phê. tinh chất chanh (chiết xuất)

6 lòng trắng trứng

2 oz/50 g/1/3 cốc đường bột (dành cho bánh kẹo), rây

75 ml/5 muỗng canh. chanh curd

½ pt/1¼ cốc/300 ml kem đôi (dày)

10ml/2 muỗng canh. Mứt chanh

Trộn bột mì, bột nở và muối. Đánh trứng cho đến khi đặc và có màu chanh, sau đó đánh từ từ 2 oz/50 g/¼ cốc đường bột cho đến khi có màu nhạt và kem. Khuấy dầu và tinh chất chanh. Trong một tô sạch, đánh lòng trắng trứng cho đến khi tạo chóp mềm, sau đó đánh từ từ phần đường bột còn lại cho đến khi hỗn hợp có chóp cứng. Cho lòng trắng trứng vào dầu, sau đó cho bột mì vào khuấy đều. Đổ vào khuôn nướng bánh có kích thước 30 x 20 cm/12 x 8 đã được phết bơ và lót trong khuôn lò xo (khuôn nướng bánh) và nướng trong lò đã làm nóng trước ở nhiệt độ 190°C/375°F/nhiệt độ 5 trong 10 phút cho đến khi bánh đàn hồi để sự đụng chạm. Dùng khăn sạch phủ lên một tờ giấy da (đã được bôi sáp) và rắc đường bột, sau đó lật bánh lên khăn trà. Bóc giấy lót, cắt mép rồi luồn dao cách mép ngắn khoảng 1 inch, cắt nửa bánh xuống. Cuộn bánh từ mép đã cắt. Để nguội.

Mở bánh ra và phết kem chanh lên. Đánh kem cho đến khi cứng và khuấy trong vỏ chanh. Phết kem chanh lên, sau đó cuộn bánh lại. Làm lạnh trước khi phục vụ.

cuộn chanh và mật ong

Tạo cuộn 8"/20cm

3 quả trứng

75 g/3 oz/1⁄3 chén đường bột (siêu mịn)

Vỏ bào của 1 quả chanh

75 g/3 oz/¾ chén bột mì (đa dụng)

Một nhúm muối

Đường bột (siêu mịn) để rắc Nhân bánh:

175 g/6 oz/¾ cốc pho mát kem

30 ml/2 muỗng canh mật ong trong

Đường đóng băng (bánh kẹo), rây, để làm sạch

Đánh đều trứng, đường và vỏ chanh trong một cái bát cách nhiệt đặt trên một nồi nước đang sôi cho đến khi đặc và nổi bọt và hỗn hợp chảy ra từ máy đánh trứng thành dải. Tắt bếp và đánh trong 3 phút, sau đó cho bột mì và muối vào khuấy đều. Đổ vào chảo ổ bánh mì 30 x 20 cm/12 x 8 đã được bôi mỡ và lót trong chảo ổ bánh mì Thụy Sĩ (chảo nướng) và nướng trong lò nướng 200°C/400°F/nhiệt 6 đã được làm nóng trước cho đến khi vàng và mềm khi chạm vào . Phủ một chiếc khăn bếp sạch bằng giấy da (sáp) và rắc đường bột, sau đó lật bánh lên khăn bếp. Lấy giấy lót ra, cắt các cạnh và chạy dao cách mép ngắn khoảng 1 inch, cắt nửa bánh xuống. Cuộn bánh từ mép đã cắt. Để nguội.

Trộn kem phô mai với mật ong. Mở bánh ra, phết nhân lên, sau đó cuộn bánh lại và rắc đường bột lên trên.

Cuộn mứt chanh

Tạo cuộn 8"/20cm

3 quả trứng

175 g/6 oz/¾ cốc đường bột (siêu mịn)

45ml/3 muỗng canh nước

5ml/1 tsp tinh chất vani (chiết xuất)

75 g/3 oz/¾ chén bột mì (đa dụng)

5ml/1 muỗng cà phê bột nở

Một nhúm muối

25 g/1 oz/¼ cốc hạnh nhân xay

Đường bột (siêu mịn) để rắc

60ml/4 muỗng cà phê muỗng canh mứt chanh

¼ pt/2/3 cốc/150 ml kem đôi (nặng), đánh bông

Đánh trứng cho đến khi chúng có màu nhạt và dày, sau đó cho dần đường, nước và tinh chất vani vào. Kết hợp bột mì, bột nở, muối và hạnh nhân xay và đánh thành một hỗn hợp mịn. Đổ vào chảo dạng lò xo 30 x 20 cm/12 x 8 đã phết bơ và lót trong chảo ổ bánh mì Thụy Sĩ (thiếc nướng) và nướng trong lò đã làm nóng trước ở nhiệt độ 180°C/350°F/nhiệt độ 4 trong 12 phút cho đến khi giòn. nó đàn hồi khi chạm vào. Rắc đường lên khăn trà sạch (đuốc) và úp bánh nóng lên khăn trà. Lấy giấy lót ra, cắt các cạnh và chạy dao cách mép ngắn khoảng 1 inch, cắt nửa bánh xuống. Cuộn bánh từ mép đã cắt. Để nguội.

Mở bánh ra và phết mứt và kem lên. Cuộn lại và rắc thêm một ít đường bột.

Roulade chanh và dâu tây

Tạo cuộn 8"/20cm

Đối với điền:

30ml/2 tbsp bột bắp (cornstarch)

75 g/3 oz/1/3 chén đường bột (siêu mịn)

120 ml/4 fl oz/½ cốc nước ép táo

120 ml/4 fl oz/½ cốc nước cốt chanh

2 lòng đỏ trứng đánh nhẹ

10ml/2 muỗng canh. Mứt chanh

15ml/1 muỗng canh bơ

Đối với bánh:

3 quả trứng, tách ra

3 lòng trắng trứng

Một nhúm muối

75 g/3 oz/1/3 chén đường bột (siêu mịn)

15ml/1 muỗng canh dầu

5ml/1 tsp tinh chất vani (chiết xuất)

5ml/1 muỗng cà phê. Mứt chanh

50 g/2 oz/½ chén bột mì (đa dụng)

25 g/1 oz/¼ chén bột ngô (cornstarch)

8 oz/225 g dâu tây, thái lát

Đường đóng băng (bánh kẹo), rây, để làm sạch

Để làm nhân, trộn bột ngô và đường trong một cái chảo, sau đó thêm dần nước ép táo và chanh. Khuấy lòng đỏ trứng và vỏ chanh. Nấu trên lửa nhỏ, khuấy liên tục, cho đến khi thật đặc. Tắt bếp và cho bơ vào khuấy đều. Đổ vào một cái bát, đặt một vòng tròn giấy da (sáp) lên bề mặt, để nguội rồi cho vào tủ lạnh.

Để làm bánh, đánh tất cả lòng trắng trứng với muối cho đến khi tạo thành chóp mềm. Dần dần khuấy đường cho đến khi cứng và bóng. Trộn lòng đỏ trứng, dầu, tinh chất vani và vỏ chanh. Khuấy một thìa lòng trắng, sau đó gấp hỗn hợp lòng đỏ vào lòng trắng trứng. Khuấy bột mì và bột ngô; không pha trộn quá nhiều. Rải hỗn hợp vào khuôn nướng (hộp nướng bánh) đã bôi mỡ, lót và rắc bột 30 x 20 cm/12 x 8 trong khuôn bánh cuộn Thụy Sĩ (thiếc nướng) và nướng trong lò đã làm nóng trước ở nhiệt độ 200°C/400°F/nhiệt 4 trong 10 phút cho đến khi hỗn hợp chín. là vàng. Lật ngược bánh lên một tờ giấy da (sáp) trên giá dây. Tháo giấy lót, cắt các cạnh và luồn dao qua khoảng 2, 5 cm từ cạnh ngắn, cắt nửa bánh xuống. Cuộn bánh từ mép đã cắt. Để nguội.

Mở ra và trái bánh tươi với nhân chanh và xếp dâu tây lên trên. Sử dụng giấy, cuộn roulade một lần nữa và rắc đường bột để phục vụ.

Bánh cuộn Thụy Sĩ với cam và hạnh nhân

Tạo cuộn 8"/20cm

4 quả trứng, tách ra

225 g/8 oz/1 cốc đường bột (siêu mịn)

60ml/4 muỗng canh nước cam

150 g/5 oz/1¼ chén bột mì (đa dụng)

5ml/1 muỗng cà phê bột nở

Một nhúm muối

5ml/1 tsp tinh chất vani (chiết xuất)

Bào vỏ của ½ quả cam

Đường bột (siêu mịn) để rắc

Đối với điền:

2 quả cam

30 ml/2 muỗng canh bột gelatin

120 ml/4 fl oz/½ cốc nước

8 fl oz/1 cốc nước cam

100 g/4 oz/½ chén đường bột (siêu mịn)

4 lòng đỏ trứng

250 ml/8 fl oz/1 cốc kem đôi (dày)

100 g/4 oz/1⁄3 chén mứt mơ (đóng hộp), rây (để ráo nước)

15ml/1 muỗng canh nước

100 g/4 oz/1 chén hạnh nhân cắt lát (thái lát), nướng

Đánh lòng đỏ trứng, đường bột và nước cam cho đến khi có màu nhạt và sủi bọt. Dần dần khuấy bột và bột nở bằng thìa kim loại. Đánh lòng trắng trứng và muối cho đến khi bông cứng, sau đó khuấy đều hỗn hợp với tinh chất vani và vỏ cam nạo bằng thìa kim loại. Đổ vào chảo dạng lò xo 30 x 20 cm/12 x 8 (chảo nướng) đã phết bơ và lót giấy rồi nướng trong lò nướng 200°C/400°F/bộ điều nhiệt 6 đã làm nóng trước trong 10 phút cho đến khi sờ vào có thể đàn hồi. Chuyển sang một chiếc khăn trà sạch (đuốc), rắc đường bột. Bóc giấy lót, cắt mép và chạy dao cách mép ngắn khoảng 2,5cm, cắt nửa bánh. Cuộn bánh từ mép đã cắt. Để nguội.

Để làm nhân, hãy bào vỏ của một quả cam. Gọt vỏ hai quả cam và loại bỏ da và màng. Cắt đôi các đoạn và để ráo nước. Rắc gelatin lên mặt nước trong tô và để cho đến khi xốp. Đặt bát vào nồi nước nóng cho đến khi hòa tan. Để nguội một chút. Đánh nước cam và vỏ với đường và lòng đỏ trứng trong tô cách nhiệt, đặt trên nồi nước sôi cho đến khi đặc và kem. Tắt bếp và cho gelatin vào khuấy đều. Thỉnh thoảng khuấy cho đến khi nguội. Đánh kem cho đến khi cứng, sau đó khuấy vào hỗn hợp và làm lạnh.

Mở bánh ra, phết kem cam và rắc cam nêm. Cuốn một lần nữa. Đun mứt với nước cho đến khi hòa quyện. Chải bánh và rắc hạnh nhân nướng, ấn nhẹ.

Cuộn Thụy Sĩ với dâu tây quay lưng lại

Tạo cuộn 8"/20cm

3 quả trứng

75 g/3 oz/1/3 chén đường bột (siêu mịn)

75 g/3 oz/¾ cốc bột mì tự nở (tự nở)

Đường bột (siêu mịn) để rắc

75 ml/5 muỗng canh. muỗng canh mứt mâm xôi (giữ)

¼ pt/2/3 cốc/150 ml kem tươi hoặc kem đôi (nặng)

100g dâu tây

Đánh trứng và đường với nhau trong khoảng 10 phút cho đến khi rất nhạt và đặc, và hỗn hợp chảy ra từ máy đánh trứng thành dải. Khuấy bột mì và đổ vào chảo dạng lò xo cuộn Thụy Sĩ đã phết bơ và lót 30 x 20 cm/12 x 8. Nướng trong lò đã làm nóng trước ở 200°C/400°F/nhiệt độ 4 trong 10 phút cho đến khi bánh nở đều và chắc khi chạm vào. Rắc đường bột lên khăn trà sạch (đuốc) và úp ngược bánh lên khăn trà. Lấy giấy lót ra, cắt các cạnh và chạy dao cách mép ngắn khoảng 1 inch, cắt nửa bánh xuống. Cuộn bánh từ mép đã cắt. Để nguội.

Mở bánh ra và phết mứt lên, sau đó cuộn lại. Cắt bánh làm đôi theo chiều dọc và đặt các mặt tròn lại với nhau trên đĩa phục vụ với các mặt cắt hướng ra ngoài. Đánh kem cho đến khi bông cứng, sau đó dùng thìa phết lên mặt và các mặt của bánh. Cắt hoặc làm tư quả dâu tây nếu chúng lớn và trang trí chúng trên mặt bánh.

Bánh sô cô la tất cả trong một

Làm bánh 8"/20cm

100 g/4 oz/½ cốc bơ hoặc bơ thực vật, đã làm mềm

100 g/4 oz/½ chén đường bột (siêu mịn)

100 g/4 oz/1 cốc bột mì tự nở (self-rising)

15 ml/1 tbsp bột ca cao (sô cô la không đường)

2.5ml/½ muỗng cà phê bột nở

2 quả trứng

Trộn tất cả các thành phần với nhau cho đến khi trộn đều. Đổ vào khuôn bánh (thiếc) 8 inch/20 cm đã được bôi mỡ và lót sẵn rồi nướng trong lò 350°F/180°C/lò nhiệt 4 đã được làm nóng trước trong 30 phút cho đến khi bánh nở và có độ đàn hồi khi chạm vào.

Bánh mì sô cô la và chuối

Làm ổ bánh mì 900g/2lb

2/3 cốc/5 oz/150 g bơ hoặc bơ thực vật

2/3 cốc/5 oz/150 g đường nâu mềm

150 g/5 oz/1¼ cốc sô cô la nguyên chất (bán ngọt)

2 quả chuối, nghiền

3 quả trứng đánh tan

200 g/7 oz/1¾ chén bột mì (đa dụng)

10ml/2 tsp bột nở

Đun chảy bơ hoặc bơ thực vật với đường và sô cô la. Tắt bếp, sau đó trộn chuối, trứng, bột mì và bột nở cho đến khi mịn. Đổ vào chảo (thiếc) có ổ bánh mì 900g/2lb đã được bôi mỡ và lót giấy rồi nướng trong lò 300°F/150°C/bộ điều nhiệt 3 đã được làm nóng trước trong 1 giờ cho đến khi sờ vào thấy mềm. Để nguội trong chảo 5 phút trước khi mở khuôn để làm nguội hoàn toàn trên giá dây.

bánh sô cô la hạnh nhân

Làm bánh 8"/20cm

100 g/4 oz/½ cốc bơ hoặc bơ thực vật, đã làm mềm

100 g/4 oz/½ chén đường bột (siêu mịn)

2 quả trứng, đánh nhẹ

2,5 ml/½ muỗng cà phê. tinh chất hạnh nhân (chiết xuất)

100 g/4 oz/1 cốc bột mì tự nở (self-rising)

25 g/1 oz/¼ cốc bột ca cao (sô cô la không đường)

2.5ml/½ muỗng cà phê bột nở

45 ml/3 muỗng canh. hạnh nhân xay

60ml/4 muỗng canh sữa

đường đóng băng (cho bánh kẹo) để rắc

Đánh bơ hoặc bơ thực vật và đường với nhau cho đến khi nhẹ và mịn. Dần dần thêm trứng và tinh chất hạnh nhân, sau đó thêm bột mì, ca cao và bột nở. Khuấy hạnh nhân xay và đủ sữa để đạt được độ đặc mềm. Đổ hỗn hợp vào khuôn nướng bánh 8"/20 cm (thiếc) đã được bôi mỡ và lót giấy rồi nướng trong lò nướng 400°F/200°C/lò nhiệt 6 đã được làm nóng trước trong 15-20 phút cho đến khi sờ vào thấy phồng và mềm. Phục vụ rắc đường đóng băng.

Bánh kem sô cô la và hạnh nhân

Làm bánh 9"/23 cm

225 g/8 oz/2 cốc sô cô la nguyên chất (loại ít ngọt)

8 oz/1 chén bơ hoặc bơ thực vật, làm mềm

225 g/8 oz/1 cốc đường bột (siêu mịn)

5 quả trứng, tách ra

225 g/8 oz/2 cốc bột mì tự nở (tự nở)

100 g/4 oz/1 cốc hạnh nhân xay

Đối với đóng băng (đóng băng):

175g/6oz/1 cốc đường bột

25 g/1 oz/¼ cốc bột ca cao (sô cô la không đường)

30 ml/2 muỗng canh. Cointreau

30ml/2 muỗng canh nước

Hạnh nhân chần để trang trí

Làm tan chảy sô cô la trong một cái bát cách nhiệt đặt trên một nồi nước sôi. Để nguội một chút. Đánh bơ hoặc bơ thực vật và đường với nhau cho đến khi nhẹ và mịn. Đánh lòng đỏ trứng, sau đó đổ sô cô la tan chảy vào. Thêm bột và hạnh nhân xay. Đánh lòng trắng trứng cho đến khi bông cứng, sau đó cho từ từ vào hỗn hợp sô cô la. Đổ vào khuôn (khuôn) bánh 9cm/23cm đã bôi mỡ và lót giấy rồi nướng trong lò nướng 180°C/350°F/bộ điều nhiệt 4 đã làm nóng trước trong 1 tiếng rưỡi cho đến khi bánh nở đều và có độ đàn hồi khi chạm vào. Để nguội.

Để làm kem, trộn đường bột và ca cao và tạo một cái giếng ở giữa. Đun nóng Cointreau và nước, sau đó trộn dần lượng chất lỏng vừa đủ với đường đóng băng để tạo thành một lớp kem có thể phết được. Phết đều bánh và tạo hình hoa văn trong kem phủ trước khi nguội. Trang trí với hạnh nhân.

Bánh sô cô la thiên thần

Làm bánh 900 g/2 lb

6 lòng trắng trứng

Một nhúm muối

5ml/1 tsp cream of tartar

450 g/1 lb/2 chén đường bột (siêu mịn)

2,5ml/½ thìa nước cốt chanh

Vài giọt tinh chất vani (chiết xuất)

100 g/4 oz/1 cốc bột mì (đa dụng)

50 g/2 oz/½ cốc bột ca cao (sô cô la không đường)

5ml/1 muỗng cà phê bột nở

Đối với đóng băng (đóng băng):
175 g/6 oz/1 cốc đường bột (dành cho bánh kẹo), rây mịn

5ml/1 muỗng cà phê. bột ca cao (sô cô la không đường)

Vài giọt tinh chất vani (chiết xuất)

30ml/2 muỗng canh sữa

Đánh lòng trắng trứng và muối cho đến khi tạo thành chóp mềm. Thêm cream of tartar và đánh cho đến khi bông cứng. Thêm đường, nước cốt chanh và tinh chất vani. Kết hợp bột mì, ca cao và bột nở, sau đó gấp nó vào hỗn hợp. Đổ vào chảo (thiếc) có ổ bánh mì 900g/2lb (thiếc) đã được bôi mỡ và lót giấy rồi nướng trong lò 4 nhiệt độ 350°F/180°C/bộ điều chỉnh nhiệt đã làm nóng trước trong 1 giờ cho đến khi cứng lại. Ngay lập tức lấy ra khỏi chảo và để nguội trên giá dây.

Để làm kem phủ, đánh tất cả các thành phần làm kem cho đến khi mịn, thêm sữa từng chút một. Mưa phùn trên bánh nguội.

bánh sô cô la Mỹ

Làm bánh 9"/23 cm

175 g/6 oz/1½ chén bột mì (đa dụng)

45 ml/3 tbsp bột ca cao (sô cô la không đường)

5ml/1 tsp muối nở (baking soda)

225 g/8 oz/1 cốc đường bột (siêu mịn)

75ml/5 muỗng canh dầu

15 ml/1 muỗng canh giấm rượu trắng

5ml/1 tsp tinh chất vani (chiết xuất)

250 ml/8 fl oz/1 cốc nước lạnh

Đối với đóng băng (đóng băng):

50 g/2 oz/¼ cốc pho mát kem

30 ml/2 muỗng canh. muỗng canh bơ hoặc bơ thực vật

2,5ml/½ muỗng cà phê tinh chất vani (chiết xuất)

175 g/6 oz/1 cốc đường bột (dành cho bánh kẹo), rây mịn

Trộn các thành phần khô và tạo một cái giếng ở trung tâm. Đổ dầu, giấm rượu vang và tinh chất vani vào trộn đều. Thêm nước lạnh và trộn lại cho đến khi mịn. Đổ vào khuôn 23 cm/9 cm đã phết bơ và nướng trong lò đã làm nóng trước ở 180°C/350°F/nhiệt 4 trong 30 phút. Để nguội.

Để làm kem phủ, đánh pho mát kem, bơ hoặc bơ thực vật và tinh chất vani với nhau cho đến khi nhẹ và xốp. Dần dần khuấy đường đóng băng cho đến khi mịn. Phết lên trên mặt bánh.

bánh táo sô cô la

Làm bánh 8"/20cm

2 quả táo nấu ăn (bánh)

Nước chanh

100 g/4 oz/½ cốc bơ hoặc bơ thực vật, đã làm mềm

225 g/8 oz/1 cốc đường bột (siêu mịn)

2 quả trứng, đánh nhẹ

5ml/1 tsp tinh chất vani (chiết xuất)

2¼ cốc/9 oz/250 g bột mì (đa dụng)

25 g/1 oz/¼ cốc bột ca cao (sô cô la không đường)

5ml/1 muỗng cà phê bột nở

5ml/1 tsp muối nở (baking soda)

150 ml/¼ pt/2/3 cốc sữa

Đối với đóng băng (đóng băng):

22/3 cốc/1 lb/450 g đường đóng băng (bánh kẹo), đã rây

25 g/1 oz/¼ cốc bột ca cao (sô cô la không đường)

2 oz/¼ cốc/50 g bơ hoặc bơ thực vật

75ml/5 muỗng canh sữa

Gọt vỏ, bỏ lõi và thái nhỏ táo, sau đó rắc một ít nước cốt chanh.
Đánh bơ hoặc bơ thực vật và đường với nhau cho đến khi nhẹ và
mịn. Dần dần khuấy trứng và tinh chất vani, sau đó khuấy lần lượt
bột mì, ca cao, bột nở và muối nở với sữa cho đến khi trộn đều.
Khuấy táo xắt nhỏ. Đổ vào khuôn ổ bánh mì 8 in/20 cm đã được
phết bơ và nướng trong lò đã làm nóng trước ở nhiệt độ
180°C/350°F/nhiệt độ 4 trong 45 phút cho đến khi tăm cắm vào
giữa thấy sạch. Để nguội trong chảo trong 10 phút, sau đó mở
khuôn lên giá để nguội hoàn toàn.

Để làm kem phủ, đánh đều đường bột, ca cao và bơ hoặc bơ thực
vật, thêm một lượng sữa vừa đủ để làm cho hỗn hợp mịn và kem.
Phết lên trên và các mặt của bánh và dùng nĩa chấm theo hoa văn.

bánh sô cô la hạnh nhân

Làm bánh 15 x 10"/38 x 25 cm

100 g/4 oz/½ chén bơ hoặc bơ thực vật

100 g/4 oz/½ cốc mỡ lợn (rút ngắn)

250 ml/8 fl oz/1 cốc nước

25 g/1 oz/¼ cốc bột ca cao (sô cô la không đường)

225 g/8 oz/2 chén bột mì (đa dụng)

450 g/1 lb/2 chén đường bột (siêu mịn)

120 ml/4 fl oz/½ cốc bơ sữa

2 quả trứng đánh tan

5ml/1 tsp muối nở (baking soda)

Một nhúm muối

5ml/1 tsp tinh chất vani (chiết xuất)

Đun chảy bơ hoặc bơ thực vật, mỡ lợn, nước và ca cao trong một cái chảo nhỏ. Cho bột mì và đường vào tô, đổ hỗn hợp đã đun chảy vào và trộn đều. Thêm phần còn lại của các thành phần và đánh cho đến khi trộn đều. Đổ vào khuôn ổ bánh mì Thụy Sĩ (chảo nướng) đã được bôi mỡ và rắc bột mì rồi nướng trong lò đã làm nóng trước ở nhiệt độ 200°C/400°F/nhiệt độ 6 trong 20 phút cho đến khi chạm vào thấy mềm.

Bánh bơ sô cô la

Làm bánh 9"/23 cm

225 g/8 oz/2 cốc bột mì tự nở (tự nở)

350 g/12 oz/1½ chén đường bột (siêu mịn)

5ml/1 tsp muối nở (baking soda)

2,5ml/½ muỗng cà phê muối

100 g/4 oz/½ chén bơ hoặc bơ thực vật

250 ml/8 fl oz/1 cốc bơ sữa

2 quả trứng

50 g/2 oz/½ cốc bột ca cao (sô cô la không đường)

Mỹ nhung frosting

Kết hợp bột mì, đường, baking soda và muối. Chà bơ hoặc bơ thực vật cho đến khi hỗn hợp giống như vụn bánh mì, sau đó khuấy sữa bơ, trứng và ca cao và tiếp tục đánh cho đến khi mịn. Chia hỗn hợp vào hai khuôn bánh mì sandwich 9 cm/23 cm đã được bôi mỡ và lót giấy bạc rồi nướng trong lò 4 nhiệt độ 350°F/180°C/bộ điều chỉnh nhiệt đã làm nóng trước trong 30 phút cho đến khi một chiếc tăm cắm vào giữa sẽ tự lấy ra. Sandwich với một nửa lớp phủ nhung Mỹ và phủ phần còn lại lên bánh. Hãy lấy.

Bánh sô cô la hạnh nhân

Làm bánh 8"/20cm

6 oz/¾ cốc/175 g bơ hoặc bơ thực vật, để mềm

175 g/6 oz/¾ cốc đường bột (siêu mịn)

3 quả trứng, đánh nhẹ

225 g/8 oz/2 cốc bột mì tự nở (tự nở)

50 g/2 oz/½ cốc hạnh nhân xay

100g/4oz/1 cốc sô cô la chip

30ml/2 muỗng canh sữa

1 oz/¼ chén hạnh nhân cắt nhỏ (thái nhỏ)

Đánh bơ hoặc bơ thực vật và đường với nhau cho đến khi nhẹ và mịn. Dần dần thêm trứng, sau đó thêm bột mì, hạnh nhân xay và sô cô la chip. Khuấy đủ sữa để tạo thành một hỗn hợp giống như giọt nước, sau đó cho hạnh nhân cắt lát vào khuấy đều. Đổ vào khuôn ổ bánh mì 8 in/20 cm đã được phết bơ và nướng trong lò đã làm nóng trước ở nhiệt độ 180°C/350°F/nhiệt độ 4 trong 1 giờ cho đến khi tăm cắm vào giữa thấy sạch. Để nguội trong chảo trong 5 phút, sau đó mở khuôn lên giá để nguội hoàn toàn.

bánh kem sô cô la

Làm bánh 7"/18 cm

4 quả trứng

100 g/4 oz/½ chén đường bột (siêu mịn)

2½ oz/60 g/2/3 chén bột mì (đa dụng)

25 g/1 oz/¼ cốc sô cô la uống dạng bột

¼ pt/2/3 cốc/150 ml kem đôi (nặng)

Đánh trứng và đường cho đến khi nhẹ và mịn. Khuấy bột và uống sô cô la. Chia hỗn hợp vào hai khuôn bánh mì sandwich 7 cm/18 cm đã được bôi mỡ và lót giấy bạc rồi nướng trong lò 400°F/200°C/lò nhiệt 6 đã được làm nóng trước trong 15 phút cho đến khi chạm vào có độ đàn hồi. Làm mát trên giá dây. Đánh kem cho đến khi bông cứng, sau đó kẹp bánh với kem.

bánh sô cô la ngày

Làm bánh 8"/20cm

25 g/1 oz/1 miếng sô cô la nguyên chất (loại vừa ngọt)

175 g/6 oz/1 cốc quả chà là đã bỏ hạt (đã bỏ hạt), xắt nhỏ

5ml/1 tsp muối nở (baking soda)

13 fl oz/375 ml 1½ cốc nước sôi

6 oz/¾ cốc/175 g bơ hoặc bơ thực vật, để mềm

225 g/8 oz/1 cốc đường bột (siêu mịn)

2 quả trứng đánh tan

175 g/6 oz/1½ chén bột mì (đa dụng)

2,5ml/½ muỗng cà phê muối

50 g/2 oz/¼ cốc đường hạt

100 g/4 oz/1 cốc sô cô la chip nguyên chất (loại ít ngọt)

Kết hợp sô cô la, chà là, baking soda và nước sôi và khuấy cho đến khi sô cô la tan chảy. Đánh bơ hoặc bơ thực vật và đường với nhau cho đến khi nhẹ và mịn. Dần dần thêm trứng. Thêm bột và muối xen kẽ với hỗn hợp sô cô la và khuấy cho đến khi kết hợp. Đổ vào khuôn vuông 20cm đã phết bơ và bột. Kết hợp đường caster và sô cô la chip và rắc lên trên. Nướng trong lò đã làm nóng trước ở

160°C/325°F/nhiệt độ 3 trong 45 phút, cho đến khi tăm được cắm vào giữa thấy sạch.

Bánh sô cô la gia đình

Làm bánh 9"/23 cm

100 g/4 oz/½ cốc bơ hoặc bơ thực vật, đã làm mềm

175 g/6 oz/¾ cốc đường bột (siêu mịn)

2 quả trứng, đánh nhẹ

5ml/1 tsp tinh chất vani (chiết xuất)

225 g/8 oz/2 chén bột mì (đa dụng)

45 ml/3 tbsp bột ca cao (sô cô la không đường)

10ml/2 tsp bột nở

2.5ml/½ tsp muối nở (baking soda)

Một nhúm muối

150 ml/8 fl oz/1 cốc nước

Đánh bơ hoặc bơ thực vật và đường với nhau cho đến khi nhẹ và mịn. Từ từ cho trứng và tinh chất vani vào khuấy đều, sau đó cho bột mì, ca cao, bột nở, muối nở và muối xen kẽ với nước cho đến khi tạo thành một hỗn hợp bột mịn. Đổ vào khuôn (khuôn) bánh 9cm/23cm đã được bôi mỡ và lót giấy rồi nướng trong lò nướng có nhiệt độ 425°F/220°C/bộ điều nhiệt số 7 đã làm nóng trước trong 20-25 phút cho đến khi bánh nở đều và có độ đàn hồi.

Bánh quỷ với Marshmallow Frosting

Làm bánh 7"/18 cm

100 g/4 oz/½ cốc bơ hoặc bơ thực vật, đã làm mềm

100 g/4 oz/½ chén đường bột (siêu mịn)

2 quả trứng, đánh nhẹ

75g/3oz/1/3 chén bột mì tự nở (self-rising)

15 ml/1 tbsp bột ca cao (sô cô la không đường)

Một nhúm muối

Đối với đóng băng (đóng băng):

100g kẹo dẻo

30ml/2 muỗng canh sữa

2 lòng trắng trứng

25 g/1 oz/2 muỗng canh đường bột (siêu mịn)

Chocolate nạo để trang trí

Đánh bơ hoặc bơ thực vật và đường với nhau cho đến khi nhẹ và mịn. Từ từ cho trứng vào khuấy đều, sau đó cho bột mì, ca cao và muối vào khuấy đều. Chia hỗn hợp thành hai khuôn bánh mì sandwich 7cm/18cm đã được bôi mỡ và lót giấy rồi nướng trong lò 350°F/180°C/ lò nhiệt 4 đã được làm nóng trước trong 25 phút cho đến khi nổi lên và có độ đàn hồi khi chạm vào. Để nguội.

Đun chảy kẹo dẻo với sữa trên lửa nhỏ, thỉnh thoảng khuấy, sau đó để nguội. Đánh bông lòng trắng trứng, sau đó cho đường vào đánh tiếp cho đến khi bông cứng và bóng. Khuấy vào hỗn hợp marshmallow và để yên một chút. Kẹp những chiếc bánh với 1/3 lớp phủ marshmallow, sau đó phết phần còn lại lên trên và các mặt của bánh và trang trí bằng sô cô la bào.

Bánh sô cô la mơ ước

Làm bánh 9"/23 cm

225 g/8 oz/2 cốc sô cô la nguyên chất (loại ít ngọt)

30ml/2 muỗng cà phê bột hòa tan

45ml/3 muỗng canh nước

4 quả trứng, tách ra

2/3 cốc/5 oz/150 g bơ hoặc bơ thực vật, thái hạt lựu

Một nhúm muối

100 g/4 oz/½ chén đường bột (siêu mịn)

50 g/2 oz/½ chén bột ngô (cornstarch)

Để trang trí:

¼ pt/2/3 cốc/150 ml kem đôi (nặng)

25 g/1 oz/3 muỗng canh đường bột (kẹo)

175 g/6 oz/1½ chén quả óc chó, xắt nhỏ

Đun chảy sô cô la, cà phê và nước với nhau trong một chiếc bát chịu nhiệt đặt trên một nồi nước sôi. Tắt bếp và dần dần thêm lòng đỏ trứng. Khuấy từng miếng bơ cho đến khi bơ tan chảy vào hỗn hợp. Đánh lòng trắng trứng và muối cho đến khi tạo thành chóp mềm. Nhẹ nhàng thêm đường và đánh cho đến khi cứng. Đánh tan bột bắp. Khuấy một thìa hỗn hợp sô cô la, sau đó cho sô cô la vào phần lòng trắng trứng còn lại. Đổ vào khuôn bánh 9cm/23cm đã được bôi mỡ và lót giấy rồi nướng trong lò nướng có nhiệt độ 350°F/180°C/bộ điều nhiệt 4 đã làm nóng trước trong 45 phút cho đến khi bánh nở đều và có độ đàn hồi khi chạm vào. Lấy ra khỏi lò và để nguội một chút trước khi mở khuôn; bánh sẽ nứt và chảy. Để nguội hoàn toàn.

Đánh kem cho đến khi bông cứng, sau đó cho đường vào khuấy đều. Phết một ít kem quanh mép bánh và cho quả óc chó đã nghiền vào để trang trí. Phết hoặc đổ phần kem còn lại lên trên.

bánh sô cô la nổi

Làm bánh 9 x 12"/23 x 30 cm

2 quả trứng, tách ra

350 g/12 oz/1½ chén đường bột (siêu mịn)

200g/7oz/1¾ chén bột mì tự nở (tự nở)

2.5ml/½ tsp muối nở (baking soda)

2,5ml/½ muỗng cà phê muối

60 ml/4 muỗng canh bột ca cao (sôcôla không đường)

75ml/5 muỗng canh dầu

250 ml/8 fl oz/1 cốc bơ sữa

Đánh lòng trắng trứng cho đến khi bông cứng. Dần dần khuấy trong ½ cốc/4 oz/100 g đường và đánh cho đến khi cứng và bóng. Kết hợp đường, bột mì, baking soda, muối và ca cao còn lại. Khuấy lòng đỏ trứng, dầu và buttermilk. Nhẹ nhàng fold trong lòng trắng trứng. Đổ vào khuôn ổ bánh mì 23 x 32 cm/9 x 12 đã được bôi mỡ và rắc bột mì rồi nướng trong lò đã làm nóng trước ở 180°C/350°F/nhiệt độ 4 trong 40 phút cho đến khi một chiếc tăm cắm vào giữa lò rút ra thấy sạch.

Bánh sô cô la và hạt dẻ

Làm bánh 10"/25 cm

100g/4oz/1 chén quả phỉ

175 g/6 oz/¾ cốc đường bột (siêu mịn)

175 g/6 oz/1½ chén bột mì (đa dụng)

50 g/2 oz/½ cốc bột ca cao (sô cô la không đường)

5ml/1 muỗng cà phê bột nở

Một nhúm muối

2 quả trứng, đánh nhẹ

2 lòng trắng trứng

6 fl oz/¾ cốc dầu

60ml/4 muỗng cà phê muỗng canh cà phê đen mạnh lạnh

Trải hạt phỉ ra khuôn (khuôn) và nướng trong lò đã làm nóng trước ở nhiệt độ 180°C/350°F/nhiệt 4 trong 15 phút cho đến khi chín vàng. Chà nhanh trong khăn trà (đèn khò) để loại bỏ vỏ, sau đó thái nhỏ quả óc chó trong máy xay thực phẩm với 15 ml/1 muỗng canh đường. Trộn các loại hạt với bột mì, ca cao, bột nở và muối. Đánh trứng và lòng trắng trứng với nhau cho đến khi mịn. Dần dần thêm đường còn lại và tiếp tục đánh cho đến khi nhạt. Dần dần thêm dầu, sau đó cà phê. Thêm vào nguyên liệu khô, sau đó đổ vào khuôn bánh 25 cm/10 khuôn đã phết bơ và nướng trong lò đã làm nóng trước ở nhiệt độ 180°C/350°F/nhiệt 4 trong 30 phút cho đến khi bánh đàn hồi. chạm.

Bánh sô-cô-la

Làm bánh 900 g/2 lb

60 ml/4 muỗng canh bột ca cao (sôcôla không đường)

100 g/4 oz/½ chén bơ hoặc bơ thực vật

120 ml/4 fl oz/½ cốc dầu

250 ml/8 fl oz/1 cốc nước

350 g/12 oz/1½ chén đường bột (siêu mịn)

225 g/8 oz/2 cốc bột mì tự nở (tự nở)

2 quả trứng đánh tan

120 ml/4 fl oz/½ cốc sữa

2.5ml/½ tsp muối nở (baking soda)

5ml/1 tsp tinh chất vani (chiết xuất)

Đối với đóng băng (đóng băng):

60 ml/4 muỗng canh bột ca cao (sôcôla không đường)

100 g/4 oz/½ chén bơ hoặc bơ thực vật

60ml/4 tbsp sữa đặc

22/3 cốc/1 lb/450 g đường đóng băng (bánh kẹo), đã rây

5ml/1 tsp tinh chất vani (chiết xuất)

100 g/4 oz/1 cốc sô cô la nguyên chất (loại ít ngọt)

Cho ca cao, bơ hoặc bơ thực vật, dầu và nước vào nồi và đun sôi. Tắt bếp và khuấy đều đường và bột mì. Đánh đều trứng, sữa, muối nở và tinh chất vani, sau đó thêm vào hỗn hợp trong nồi. Đổ vào khuôn (thiếc) có ổ bánh mì 900g/2lb (thiếc) đã được bôi mỡ và lót giấy rồi nướng ở nhiệt độ 180°C/350°F/lò nhiệt 4 đã được làm nóng trước trong 1 tiếng rưỡi cho đến khi bánh nở đều và đàn hồi khi chạm vào. Mở khuôn và để nguội trên giá dây.

Để làm men, đun sôi tất cả các nguyên liệu trong một cái chảo vừa. Đánh cho đến khi mịn, sau đó đổ lên bánh vẫn còn ấm. Hãy lấy.

Bánh sô-cô-la

Làm bánh 9"/23 cm

150 g/5 oz/1¼ cốc sô cô la nguyên chất (bán ngọt)

2/3 cốc/5 oz/150 g bơ hoặc margarine, để mềm

2/3 cốc/5 oz/150 g đường bột (siêu mịn)

75 g/3 oz/¾ cốc hạnh nhân xay

3 quả trứng, tách ra

100 g/4 oz/1 cốc bột mì (đa dụng)

Đối với nhân và topping:

½ pt/1¼ cốc/300 ml kem đôi (dày)

7 oz/1¾ chén sô cô la nguyên chất (bán ngọt), cắt nhỏ

Mảnh sô cô la vụn

Làm tan chảy sô cô la trong một cái bát cách nhiệt trên một nồi nước sôi. Đánh bơ hoặc bơ thực vật và đường với nhau, sau đó cho sô cô la, hạnh nhân và lòng đỏ trứng vào khuấy đều. Đánh lòng trắng trứng cho đến khi chúng tạo thành các đỉnh mềm, sau đó trộn chúng vào hỗn hợp bằng thìa kim loại. Nhẹ nhàng khuấy trong bột. Đổ vào khuôn bánh 9 cm/23 cm đã phết bơ và nướng trong lò nướng đã làm nóng trước ở nhiệt độ 180°C/350°F/nhiệt 4 trong 40 phút cho đến khi chạm vào có độ đàn hồi.

Trong khi đó, đun sôi kem, sau đó thêm sô cô la cắt nhỏ và khuấy cho đến khi tan chảy. Để nguội. Khi bánh chín và nguội, cắt đôi theo chiều ngang và kẹp với một nửa phần kem sô cô la. Trải phần còn lại lên trên và trang trí với sô cô la vụn.

bánh sô cô la Ý

Làm bánh 9"/23 cm

100 g/4 oz/½ chén bơ hoặc bơ thực vật

225 g/8 oz/1 cốc đường nâu mềm

30 ml/2 tbsp bột ca cao (sôcôla không đường)

3 quả trứng đánh đều

75 g/3 oz/¾ cốc sô cô la nguyên chất (loại ít ngọt)

150 ml/4 fl oz/½ cốc nước sôi

400 g/14 oz/3½ chén bột mì (đa dụng)

5ml/1 muỗng cà phê bột nở

Một nhúm muối

10ml/2 muỗng canh. tinh chất vani (chiết xuất)

6 fl oz/¾ cốc kem đơn (nhẹ)

¼ pt/2/3 cốc/150 ml kem đôi (nặng)

Đánh bơ hoặc bơ thực vật, đường và ca cao với nhau. Dần dần thêm trứng. Đun chảy sô cô la trong nước sôi, sau đó thêm nó vào hỗn hợp. Khuấy bột mì, bột nở và muối. Kết hợp tinh chất vani và kem lỏng. Chia thành hai khuôn (khuôn) bánh 9cm/23cm đã bôi mỡ và lót giấy rồi nướng trong lò 350°F/180°C/bộ điều chỉnh nhiệt 4 đã được làm nóng trước trong 25 phút cho đến khi bánh phồng lên và có độ đàn hồi khi chạm vào. Để nguội trong khuôn trong 5 phút, sau đó lấy khuôn ra giá để nguội hoàn toàn. Đánh kem đôi cho đến khi cứng lại, sau đó dùng nó để kẹp bánh lại với nhau.

Bánh kem sô cô la và hạt phỉ

Làm bánh 9"/23 cm

150 g/5 oz/1¼ chén quả phỉ, đã bóc vỏ

225g/8oz/1 cốc đường cát

Bột cà phê hòa tan 15ml/1 tbsp

60ml/4 muỗng canh nước

175 g/6 oz/1½ cốc sô cô la nguyên chất (bán ngọt), cắt nhỏ

5ml/1 muỗng cà phê. tinh chất hạnh nhân (chiết xuất)

100 g/4 oz/½ cốc bơ hoặc bơ thực vật, đã làm mềm

8 quả trứng, tách ra

45 ml/3 muỗng canh. muỗng canh vụn bánh quy tiêu hóa (bánh quy giòn graham)

Đối với đóng băng (đóng băng):

175 g/6 oz/1½ cốc sô cô la nguyên chất (bán ngọt), cắt nhỏ

60ml/4 muỗng canh nước

Bột cà phê hòa tan 15ml/1 tbsp

8 oz/1 chén bơ hoặc bơ thực vật, làm mềm

3 lòng đỏ trứng

175g/6oz/1 cốc đường bột

Sô cô la bào để trang trí (tùy chọn)

Nướng hạt phỉ trên chảo khô cho đến khi có màu nâu nhạt, thỉnh thoảng lắc chảo, sau đó xay cho đến khi khá mịn. Dự trữ 45 ml / 3 muỗng canh. cho sương giá.

Hòa tan đường và cà phê trong nước trên lửa nhỏ, khuấy trong 3 phút. Tắt bếp và khuấy trong sô cô la và tinh chất hạnh nhân. Khuấy cho đến khi tan chảy và mịn, sau đó để nguội một chút. Đánh bơ hoặc bơ thực vật với nhau cho đến khi nhẹ và mịn, sau đó cho dần lòng đỏ trứng vào khuấy đều. Cho quả phỉ và vụn bánh quy vào khuấy đều. Đánh lòng trắng trứng cho đến khi cứng, sau đó trộn chúng vào hỗn hợp. Chia thành hai hộp (khuôn) bánh 23 cm đã phết bơ và lót giấy bạc rồi nướng trong lò đã làm nóng trước ở nhiệt độ 180°C/350°F/nhiệt độ 4 trong 25 phút cho đến khi bánh bắt đầu se lại từ các thành hộp và sờ vào có cảm giác đàn hồi.

Để làm lớp men, đun chảy sô cô la, nước và cà phê trên lửa nhỏ, khuấy đều cho đến khi mịn. Để nguội. Kem bơ hoặc bơ thực vật cho đến khi nhẹ và mịn. Dần dần kết hợp lòng đỏ trứng, sau đó là hỗn hợp sô cô la. Thêm đường đóng băng. Làm lạnh cho đến khi có thể phết được.

Kẹp bánh với một nửa số kem phủ, sau đó phết nửa còn lại lên các mặt của bánh và ấn hạt phỉ đã để sẵn vào các mặt. Phủ một lớp kem mỏng lên mặt trên của bánh và trang trí các hình hoa thị bằng kem phủ xung quanh các cạnh. Trang trí với sô cô la nghiền, nếu muốn.

Bánh kem socola và rượu brandy Ý

Làm bánh 9"/23 cm

400 g/14 oz/3½ cốc sô cô la nguyên chất (bán ngọt)

400 ml/14 fl oz/1¾ cốc kem đôi (dày)

600 ml / 1 qt / 2½ tách cà phê đen đậm đặc lạnh

75 ml/5 muỗng canh. rượu mạnh hoặc amaretto

Bánh xốp 400g/14oz

Làm tan chảy sô cô la trong một cái bát cách nhiệt đặt trên một nồi nước sôi. Di dời khỏi nóng và làm lạnh. Trong khi đó, đánh kem cho đến khi bông cứng. Đánh sô cô la vào kem. Trộn cà phê và rượu cognac hoặc Amaretto. Nhúng một phần ba số bánh bông lan vào hỗn hợp để làm ẩm và dùng chúng để lót khuôn (khuôn) bánh 9 cm/23 cm bằng giấy nhôm. Trải với một nửa hỗn hợp kem. Làm ẩm và thêm một lớp bánh quy giòn khác, sau đó là phần kem còn lại và cuối cùng là lớp bánh quy giòn còn lại. Làm nguội tốt trước khi mở khuôn để phục vụ.

sô cô la millefeuille

Làm bánh 8"/20cm

75 g/3 oz/¾ cốc sô cô la nguyên chất (loại ít ngọt)

6 oz/¾ cốc/175 g bơ hoặc bơ thực vật, để mềm

175 g/6 oz/¾ cốc đường bột (siêu mịn)

3 quả trứng, đánh nhẹ

150 g/5 oz/1¼ chén bột mì tự nở (tự nở)

25 g/1 oz/¼ cốc bột ca cao (sô cô la không đường)

Đối với đóng băng (đóng băng):

175g/6oz/1 cốc đường bột

50 g/2 oz/½ cốc bột ca cao (sô cô la không đường)

6 oz/¾ cốc/175 g bơ hoặc bơ thực vật, để mềm

Chocolate nạo để trang trí

Làm tan chảy sô cô la trong một cái bát cách nhiệt đặt trên một nồi nước sôi. Để nguội một chút. Đánh bơ hoặc bơ thực vật và đường cho đến khi nhẹ và mịn. Từ từ cho trứng vào khuấy đều, sau đó cho bột mì, ca cao và sô cô la tan chảy vào khuấy đều. Đổ hỗn hợp vào khuôn bánh 8"/20cm đã được bôi mỡ và lót giấy rồi nướng trong lò nướng 4 nhiệt độ/180°C/350°F/180°C đã được làm nóng trước trong 1 tiếng rưỡi cho đến khi sờ vào thấy mềm. Để nguội.

Để làm kem phủ, hãy đánh đều đường bột, ca cao và bơ hoặc bơ thực vật cho đến khi bạn có một lớp kem phủ có thể phết được. Khi bánh nguội, cắt đôi theo chiều ngang và dùng 2/3 lượng kem phủ để kẹp ba lớp lại với nhau. Rải phần kem phủ còn lại lên trên, dùng nĩa chấm hoa văn và trang trí bằng sô cô la bào.

Bánh sô cô la mềm

Làm bánh 8"/20cm

200 g/7 oz/1¾ chén bột mì (đa dụng)

30 ml/2 tbsp bột ca cao (sôcôla không đường)

5ml/1 tsp muối nở (baking soda)

5ml/1 muỗng cà phê bột nở

2/3 cốc/5 oz/150 g đường bột (siêu mịn)

30 ml/2 muỗng canh. muỗng canh xi-rô vàng (ngô nhạt)

2 quả trứng, đánh nhẹ

150 ml/¼ pt/2/3 cốc dầu

150 ml/¼ pt/2/3 cốc sữa

¼ pt/2/3 cốc/150 ml kem đôi (nặng) hoặc kem đánh bông, đánh bông

Đánh tất cả các nguyên liệu trừ kem thành hỗn hợp sệt. Đổ vào hai khuôn bánh 8 inch/20 cm đã được bôi mỡ và lót giấy rồi nướng ở nhiệt độ 325°F/160°C/lò nhiệt 3 đã làm nóng trước trong 35 phút, cho đến khi bánh nổi lên và đàn hồi khi chạm vào. Để nguội, sau đó kẹp với kem tươi.

bánh mocha

Làm bánh 9 x 12"/23 x 30 cm

450 g/1 lb/2 chén đường bột (siêu mịn)

225 g/8 oz/2 chén bột mì (đa dụng)

75 g/3 oz/¾ cốc bột ca cao (sô cô la không đường)

10ml/2 muỗng cà phê bicarbonate soda (baking soda)

5ml/1 muỗng cà phê bột nở

Một nhúm muối

120 ml/4 fl oz/½ cốc dầu

250 ml/8 fl oz/1 cốc cà phê đen nóng

250 ml/8 fl oz/1 cốc sữa

2 quả trứng, đánh nhẹ

Trộn các thành phần khô và tạo một cái giếng ở trung tâm. Thêm phần còn lại của các thành phần và trộn cho đến khi các thành phần khô được hấp thụ. Đổ vào khuôn bánh 23 x 30 cm/9 x 12 đã được bôi mỡ và lót giấy rồi nướng ở nhiệt độ 180°C/350°F/lò nhiệt 4 đã được làm nóng trước trong 35-40 phút cho đến khi tăm mềm.

Vũng bùn

Làm bánh 8"/20cm

225 g/8 oz/2 cốc sô cô la nguyên chất (loại ít ngọt)

225 g/8 oz/1 chén bơ hoặc bơ thực vật

225 g/8 oz/1 cốc đường bột (siêu mịn)

4 quả trứng, đánh nhẹ

15 ml/1 tbsp bột bắp (cornstarch)

Làm tan chảy sô cô la và bơ hoặc bơ thực vật trong một cái bát cách nhiệt đặt trên một nồi nước sôi. Tắt bếp và khuấy đường cho đến khi hòa tan, sau đó khuấy trứng và bột ngô. Đổ vào chảo (chảo) bánh 20 cm/8 inch đã được bôi mỡ và đặt chảo vào chảo gà thịt có chứa đủ nước nóng để ngập đến nửa chảo. Nướng trong lò đã làm nóng trước ở 180°C/350°F/nhiệt 4 trong 1 giờ. Lấy ra khỏi khay nước và để nguội trong chảo, sau đó cho vào tủ lạnh cho đến khi sẵn sàng mở khuôn và phục vụ.

Bánh bùn Mississippi giòn

Làm bánh 9"/23 cm

75 g/3 oz/¾ cốc vụn bánh quy gừng (bánh quy)

75 g/3 oz/¾ cốc vụn bánh quy tiêu hóa (bánh quy graham)

2 oz/¼ cốc/50 g bơ hoặc bơ thực vật, tan chảy

300g/11oz kẹo dẻo

90ml/6 tbsp sữa

2,5ml/½ muỗng cà phê hạt nhục đậu khấu

60ml/4 muỗng cà phê rum hoặc rượu mạnh

20ml/4 muỗng cà phê cà phê đen mạnh

450 g/l lb/4 cốc sô cô la nguyên chất (loại vừa ngọt)

2 cốc/¾ pt/450 ml kem đôi (dày)

Gấp vụn bánh quy vào bơ tan chảy và ấn vào đáy khuôn bánh 9/23 cm đã bôi mỡ. Sự lạnh lùng.

Đun chảy kẹo dẻo với sữa và hạt nhục đậu khấu trên lửa nhỏ. Di dời khỏi nóng và làm lạnh. Trộn rượu rum hoặc cognac và cà phê. Trong khi đó, đun chảy 3/4 sô cô la trong một chiếc bát cách nhiệt đặt trên một nồi nước sôi. Di dời khỏi nóng và làm lạnh. Đánh kem cho đến khi bông cứng. Khuấy sô cô la và kem vào hỗn hợp marshmallow. Đổ vào phần đế và làm phẳng phần trên. Đậy màng bọc thực phẩm (bọc nhựa) và để trong tủ lạnh trong 2 giờ cho đến khi đông lại.

Làm tan chảy sô cô la còn lại trong một cái bát cách nhiệt đặt trên một nồi nước sôi. Trải mỏng sô cô la lên khay nướng (bánh quy) và để trong tủ lạnh cho đến khi gần đông lại. Dùng dao sắc nạo chocolate thành những lọn nhỏ và dùng để trang trí mặt trên của bánh.

Bánh sô cô la và các loại hạt

Làm bánh 8"/20cm

175 g/6 oz/1½ cốc hạnh nhân xay

175 g/6 oz/¾ cốc đường bột (siêu mịn)

4 quả trứng, tách ra

5ml/1 tsp tinh chất vani (chiết xuất)

175 g/6 oz/1½ cốc sô cô la nguyên chất (bán ngọt), nạo

15ml/1 muỗng cà phê hạt hỗn hợp xắt nhỏ

Trộn hạnh nhân xay và đường, sau đó thêm lòng đỏ trứng, tinh chất vani và sô cô la. Đánh lòng trắng trứng cho đến khi rất cứng, sau đó trộn vào hỗn hợp sô cô la bằng thìa kim loại. Đổ vào khuôn bánh 20 cm đã được phết bơ và rắc hạt óc chó nghiền nhỏ. Nướng trong lò đã làm nóng trước ở 190°C/375°F/nhiệt độ 5 trong 25 phút, cho đến khi bánh nở đều và mềm khi chạm vào.

Bánh sô cô la phong phú

Làm bánh 900 g/2 lb

200 g/7 oz/1¾ cốc sô cô la nguyên chất (bán ngọt)

15 ml/1 tbsp cafe đen đậm đặc

8 oz/1 chén bơ hoặc bơ thực vật, làm mềm

225g/8oz/1 cốc đường cát

4 quả trứng

225 g/8 oz/2 chén bột mì (đa dụng)

5ml/1 muỗng cà phê bột nở

Làm tan chảy sô cô la với cà phê trong một cái bát chịu nhiệt đặt trên một nồi nước sôi. Trong khi đó, đánh bơ hoặc bơ thực vật và đường với nhau cho đến khi nhẹ và mịn. Dần dần thêm trứng, đánh đều sau mỗi lần thêm. Khuấy sô cô la tan chảy, sau đó khuấy bột và bột nở. Đổ hỗn hợp vào khuôn (thiếc) có ổ bánh mì 900g/2lb đã được bôi mỡ và lót giấy rồi nướng trong lò nướng có nhiệt độ 190°C/375°F/bộ điều chỉnh nhiệt độ 5 đã được làm nóng trước trong khoảng 1 giờ cho đến khi một chiếc tăm cắm vào giữa lấy ra sạch sẽ. Nếu cần, hãy đậy mặt trên bằng giấy bạc hoặc giấy da (đã được đánh sáp) trong 10 phút nướng cuối cùng để tránh bị chín quá.

Bánh sô cô la, óc chó và anh đào

Làm bánh 8"/20cm

8 oz/1 chén bơ hoặc bơ thực vật, làm mềm

225 g/8 oz/1 cốc đường bột (siêu mịn)

4 quả trứng

Vài giọt tinh chất vani (chiết xuất)

225 g/8 oz/2 chén bột lúa mạch đen

225 g/8 oz/2 cốc quả phỉ xay

45 ml/3 tbsp bột ca cao (sô cô la không đường)

10ml/2 muỗng canh. quế đất

5ml/1 muỗng cà phê bột nở

900 g/2 lb quả anh đào bỏ hạt (đã bỏ hạt)

đường đóng băng (cho bánh kẹo) để rắc

Đánh bơ hoặc bơ thực vật và đường với nhau cho đến khi nhạt màu và mịn. Dần dần thêm từng quả trứng, sau đó thêm tinh chất vani. Trộn bột mì, các loại hạt, ca cao, quế và bột nở với nhau, sau đó khuấy vào hỗn hợp và trộn đều để tạo thành một khối bột mềm. Cán bột trên mặt bàn đã rắc nhẹ bột thành hình tròn 20cm và nhẹ nhàng ấn vào khuôn bánh đã phết bơ. Đặt quả anh đào lên trên. Nướng trong lò đã làm nóng trước ở 200°C/400°F/nhiệt độ 6 trong 30 phút cho đến khi sờ vào thấy mềm. Lấy ra khỏi chảo để nguội, sau đó rắc đường bột trước khi ăn.

Bánh sô cô la rượu rum

Làm bánh 8"/20cm

100 g/4 oz/1 cốc sô cô la nguyên chất (loại ít ngọt)

15 ml/1 muỗng canh rượu rum

3 quả trứng

100 g/4 oz/½ chén đường bột (siêu mịn)

25 g/1 oz/¼ chén bột ngô (cornstarch)

50g/2oz/½ chén bột mì tự nở (self-rising)

Làm tan chảy sô cô la với rượu rum trong một cái bát cách nhiệt đặt trên một nồi nước sôi. Đánh trứng và đường cho đến khi nhẹ và mịn, sau đó khuấy trong bột ngô và bột mì. Khuấy hỗn hợp sô cô la. Đổ vào khuôn bánh 8"/20 cm (thiếc) đã được bôi mỡ và lót giấy rồi nướng ở nhiệt độ 190°C/375°F/lò nướng nhiệt độ 5 đã được làm nóng trước trong 10-15 phút cho đến khi chạm vào có độ đàn hồi .

bánh mì sô cô la

Làm bánh 8"/20cm

100 g/4 oz/1 cốc bột mì (đa dụng)

10ml/2 tsp bột nở

Một nhúm muối nở (baking soda)

50 g/2 oz/½ cốc bột ca cao (sô cô la không đường)

225 g/8 oz/1 cốc đường bột (siêu mịn)

120 ml/4 fl oz/½ cốc dầu ngô

120 ml/4 fl oz/½ cốc sữa

¼ pt/2/3 cốc/150 ml kem đôi (nặng)

100 g/4 oz/1 cốc sô cô la nguyên chất (loại ít ngọt)

Kết hợp bột mì, bột nở, baking soda và ca cao. Khuấy đường. Kết hợp dầu và sữa và khuấy thành phần khô cho đến khi mịn. Chia thành hai khuôn bánh sandwich 8/20 cm đã được bôi mỡ và lót giấy bạc rồi nướng trong lò 3 nhiệt độ 350°F/180°C/bộ điều nhiệt 3 đã làm nóng trước trong 40 phút, cho đến khi sờ vào thấy mềm. Chuyển ra một giá dây để làm mát.

Đánh kem cho đến khi bông cứng. Dự trữ 30 ml / 2 muỗng canh. muỗng canh và sử dụng phần còn lại để lấy bánh lại với nhau. Làm tan chảy sô cô la và kem dành riêng trong một cái bát cách nhiệt đặt trên một nồi nước sôi. Đổ lên trên mặt bánh và để yên.

Bánh carob và quả óc chó

Làm bánh 7"/18 cm

6 oz/¾ cốc/175 g bơ hoặc bơ thực vật, để mềm

100 g/4 oz/½ cốc đường nâu mềm

4 quả trứng, tách ra

75 g/3 oz/¾ chén bột mì (đa dụng)

25 g/1 oz/¼ cốc bột carob

Một nhúm muối

Vỏ nghiền mịn và nước ép của 1 quả cam

thanh carob 175g

100 g/4 oz/1 chén hạt hỗn hợp xắt nhỏ

Đánh kem 100 g/4 oz/½ chén bơ hoặc bơ thực vật với đường cho đến khi có màu nhạt và xốp. Từ từ đánh lòng đỏ trứng vào, sau đó khuấy đều bột mì, bột carob, muối, vỏ cam và 15 ml/1 muỗng canh nước cam. Chia hỗn hợp vào hai khuôn bánh 18 cm/7 cm đã được bôi mỡ và lót giấy bạc rồi nướng trong lò đã làm nóng trước ở nhiệt độ 180°C/350°F/nhiệt độ 4 trong 20 phút, cho đến khi chạm vào có độ đàn hồi. Lấy ra khỏi khuôn và để nguội.

Đun chảy carob với nước cam còn lại trong một cái bát cách nhiệt đặt trên một nồi nước sôi. Tắt bếp và khuấy trong bơ hoặc bơ thực vật còn lại. Để nguội một chút, thỉnh thoảng khuấy. Kẹp những chiếc bánh đã nguội với một nửa số kem phủ và phết phần còn lại lên trên. Điểm một mô hình bằng một cái nĩa và rắc các loại hạt để trang trí.

bánh hạt caraway

Làm bánh 7"/18 cm

8 oz/1 chén bơ hoặc bơ thực vật, làm mềm

225 g/8 oz/1 cốc đường bột (siêu mịn)

4 quả trứng, tách ra

225 g/8 oz/2 cốc bột mì tự nở (tự nở)

25 g/1 oz/¼ cốc hạt caraway

2,5 ml/½ muỗng cà phê. quế đất

2,5ml/½ muỗng cà phê hạt nhục đậu khấu

Đánh bơ hoặc bơ thực vật và đường với nhau cho đến khi nhạt màu và mịn. Đánh lòng đỏ trứng và thêm chúng vào hỗn hợp, sau đó kết hợp bột mì, hạt và gia vị. Đánh lòng trắng trứng cho đến khi cứng, sau đó trộn chúng vào hỗn hợp. Đổ hỗn hợp vào khuôn bánh 18 cm/7 cm đã phết bơ và lót giấy rồi nướng trong lò đã làm nóng trước ở nhiệt độ 180°C/350°F/nhiệt độ 4 trong 1 giờ cho đến khi một chiếc tăm cắm vào giữa sẽ tự rút ra.

bánh gạo hạnh nhân

Làm bánh 8"/20cm

8 oz/1 chén bơ hoặc bơ thực vật, làm mềm

225 g/8 oz/1 cốc đường bột (siêu mịn)

3 quả trứng đánh tan

100 g/4 oz/1 cốc bột mì (đa dụng)

75 g/3 oz/¾ cốc bột mì tự nở (tự nở)

75 g/3 oz/¾ chén gạo xay

2,5 ml/½ muỗng cà phê. tinh chất hạnh nhân (chiết xuất)

Đánh bơ hoặc bơ thực vật và đường với nhau cho đến khi nhẹ và mịn. Đánh trứng từng chút một. Cho bột mì và gạo xay vào khuấy đều rồi cho tinh chất hạnh nhân vào. Đổ vào khuôn bánh 8"/20 cm (thiếc) đã được bôi mỡ và lót giấy rồi nướng trong lò 2 nhiệt độ 300°F/150°C/bộ điều nhiệt 2 đã làm nóng trước trong 1 tiếng rưỡi cho đến khi sờ vào thấy mềm. Để nguội trong 10 phút trong chảo trước khi mở khuôn lên giá dây để nguội hoàn toàn.

bánh bia

Làm bánh 8"/20cm

8 oz/1 chén bơ hoặc bơ thực vật, làm mềm

225 g/8 oz/1 cốc đường nâu mềm

2 quả trứng, đánh nhẹ

350 g/12 oz/3 chén bột mì (lúa mì nguyên cám)

10ml/2 tsp bột nở

5ml/1 muỗng cà phê. gia vị xay (bánh táo)

150 ml/¼ pt/2/3 cốc bia đen

175 g/6 oz/1 chén quả lý chua

175 g/6 oz/1 cốc nho khô (nho khô vàng)

50g/2oz/1/3 cốc nho khô

100 g/4 oz/1 chén hạt hỗn hợp xắt nhỏ

bào vỏ của một quả cam lớn

Đánh bơ hoặc bơ thực vật và đường với nhau cho đến khi nhẹ và mịn. Dần dần thêm trứng, đánh đều sau mỗi lần thêm. Trộn bột mì, bột nở và gia vị rồi dần dần khuấy vào hỗn hợp kem xen kẽ với bia đen, sau đó cho trái cây, các loại hạt và vỏ cam vào khuấy đều. Đổ vào khuôn ổ bánh mì 8 inch/20 cm đã phết bơ và lót giấy rồi nướng trong lò đã làm nóng trước ở nhiệt độ 300°F/150°C/nhiệt độ 2 trong 2 tiếng rưỡi cho đến khi một chiếc tăm cắm vào giữa rút ra sạch sẽ . Để nguội trong chảo trong 30 phút, sau đó mở khuôn lên giá để nguội hoàn toàn.

Bia và bánh chà là

Làm bánh 9"/23 cm

8 oz/1 chén bơ hoặc bơ thực vật, làm mềm

450 g/1 lb/2 cốc đường nâu mềm

2 quả trứng, đánh nhẹ

450 g/1 lb/4 chén bột mì (đa dụng)

175 g/6 oz/1 cốc quả chà là đã bỏ hạt (đã bỏ hạt), xắt nhỏ

100 g/4 oz/1 chén hạt hỗn hợp xắt nhỏ

10ml/2 muỗng cà phê bicarbonate soda (baking soda)

5ml/1 muỗng cà phê. quế đất

5ml/1 muỗng cà phê. gia vị xay (bánh táo)

2,5ml/½ muỗng cà phê muối

500 ml/17 fl oz/2¼ cốc bia hoặc rượu nhẹ

Đánh bơ hoặc bơ thực vật và đường với nhau cho đến khi nhẹ và mịn. Từ từ cho trứng vào khuấy đều, sau đó cho nguyên liệu khô vào khuấy xen kẽ với bia cho đến khi mềm. Đổ vào khuôn bánh 9 cm/23 cm đã phết bơ và lót giấy rồi nướng trong lò đã làm nóng trước ở 180°C/350°F/nhiệt độ 4 trong 1 giờ cho đến khi tăm cắm vào giữa rút ra sạch. Để nguội trong chảo trong 10 phút, sau đó mở khuôn lên giá để nguội hoàn toàn.

bánh Battenburg

Làm bánh 7"/18 cm

6 oz/¾ cốc/175 g bơ hoặc bơ thực vật, để mềm

175 g/6 oz/¾ cốc đường bột (siêu mịn)

3 quả trứng, đánh nhẹ

225 g/8 oz/2 cốc bột mì tự nở (tự nở)

Vài giọt tinh chất vani (chiết xuất)

Một vài giọt tinh chất quả mâm xôi (chiết xuất) Đối với men (đóng băng):

15ml/1 muỗng cà phê mứt mâm xôi (đóng hộp), rây (căng)

bánh hạnh nhân 225g/8oz

Một vài quả anh đào tráng men (kẹo)

Kem bơ hoặc bơ thực vật và đường với nhau. Dần dần thêm trứng, sau đó thêm bột mì và tinh chất vani. Chia hỗn hợp làm đôi và trộn tinh chất quả mâm xôi vào một nửa. Bơ và lót khuôn (chảo) bánh hình vuông 7"/18 cm và chia khuôn làm đôi bằng cách gấp giấy da (sáp) vào giữa khuôn. Đổ từng hỗn hợp vào một nửa khuôn và nướng trong lò đã làm nóng trước ở nhiệt độ 180°C/350°F/nhiệt 4 trong khoảng 50 phút cho đến khi sờ vào thấy mềm. Làm mát trên giá dây.

Cắt các cạnh của bánh và cắt đôi từng miếng theo chiều dọc. Kẹp một miếng hoa hồng và vani ở dưới cùng và một miếng vani và một bông hồng ở trên cùng, dùng một ít mứt để cố định chúng lại với nhau. Chải bên ngoài bánh với mứt còn lại. Cán bánh hạnh nhân thành hình chữ nhật có kích thước khoảng 7 x 15 inch/18 x 38 cm. Bấm xung quanh mép bánh và cắt viền. Trang trí trên cùng với kẹo anh đào.

bánh cà phê

Làm bánh 8"/20cm

100 g/4 oz/½ cốc bơ hoặc bơ thực vật, đã làm mềm

100 g/4 oz/½ chén đường bột (siêu mịn)

2 quả trứng, đánh nhẹ

2,5ml/½ tsp tinh chất cà phê (chiết xuất) hoặc cà phê đen đậm đặc

150 g/5 oz/1¼ chén bột mì tự nở (tự nở)

2.5ml/½ muỗng cà phê bột nở

Kem bơ cà phê

30 ml/2 muỗng canh. muỗng canh hỗn hợp các loại hạt (tùy chọn)

Đánh bơ hoặc bơ thực vật và đường với nhau cho đến khi nhẹ và mịn. Dần dần kết hợp trứng và tinh chất cà phê, sau đó kết hợp bột mì và bột nở. Chia thành hai khuôn bánh sandwich 8/20 cm đã được bôi mỡ và lót giấy bạc rồi nướng trong lò 3 nhiệt độ 325°F/160°C/bộ điều nhiệt 3 đã làm nóng trước trong 20 phút cho đến khi sờ vào thấy mềm. Để nguội trong chảo trong 4 phút, sau đó mở khuôn lên giá dây để nguội hoàn toàn. Kẹp bánh với một nửa kem bơ, sau đó phết phần còn lại lên trên và dùng nĩa ghi thành các hoa văn. Rắc các loại hạt nếu muốn.

Bánh cà phê Streusel

Làm bánh 8"/20cm

2 oz/¼ cốc/50 g bơ hoặc bơ thực vật, để mềm

100 g/4 oz/½ chén đường bột (siêu mịn)

1 quả trứng, đánh nhẹ

10ml/2 muỗng canh. tinh chất cà phê (chiết xuất)

100 g/4 oz/1 cốc bột mì tự nở (self-rising)

Một nhúm muối

75 g/3 oz/½ cốc nho khô (nho khô vàng)

60ml/4 tbsp sữa Phần nhân:

2 oz/¼ cốc/50 g bơ hoặc bơ thực vật

30 ml/2 muỗng canh. muỗng canh bột mì (tất cả các mục đích)

75 g/3 oz/1/3 chén đường nâu mềm

10ml/2 muỗng canh. quế đất

50 g/2 oz/½ chén hạt hỗn hợp xắt nhỏ

Đánh bơ hoặc bơ thực vật và đường với nhau cho đến khi nhẹ và mịn. Dần dần thêm trứng và tinh chất cà phê, sau đó thêm bột mì và muối. Khuấy nho khô và đủ sữa để đạt được độ đặc mềm.

Để làm nhân, chà bơ hoặc bơ thực vật vào bột mì, đường và quế cho đến khi hỗn hợp giống như vụn bánh mì. Khuấy các loại hạt. Rắc một nửa phần nhân vào đáy khuôn bánh 8 inch/20 cm có lót mỡ. Đổ hỗn hợp bánh và rắc phần topping còn lại. Nướng trong lò đã làm nóng trước ở 220°C/425°F/nhiệt độ 7 trong 15 phút cho đến khi bánh nở đều và mềm khi chạm vào.

trang trại nhỏ giọt bánh

Làm bánh 7"/18 cm

225 g/8 oz/11/3 chén hỗn hợp trái cây sấy khô (hỗn hợp bánh trái cây)

75 g/3 oz/1/3 chén nước dùng thịt bò (rút ngắn)

2/3 cốc/5 oz/150 g đường nâu mềm

250 ml/8 fl oz/1 cốc nước

225 g/8 oz/2 chén bột mì (lúa mì nguyên cám)

5ml/1 muỗng cà phê bột nở

2.5ml/½ tsp muối nở (baking soda)

5ml/1 muỗng cà phê. quế đất

Một nhúm hạt nhục đậu khấu

Một nhúm đinh hương đất

Đun sôi trái cây, nước nhỏ giọt, đường và nước trong nồi có đáy nặng và đun nhỏ lửa trong 10 phút. Để nguội. Trộn các thành phần còn lại trong một cái bát, sau đó đổ hỗn hợp đã đun chảy vào và trộn nhẹ nhàng. Đổ vào khuôn bánh 18 cm/7 cm đã phết bơ và lót giấy rồi nướng trong lò đã làm nóng trước ở nhiệt độ 180°C/350°F/nhiệt độ 4 trong 1h30 cho đến khi bánh phồng đều và co lại từ các thành khuôn.

Bánh gừng Mỹ sốt chanh

Làm bánh 8"/20cm

225 g/8 oz/1 cốc đường bột (siêu mịn)

2 oz/¼ cốc/50 g bơ hoặc bơ thực vật, tan chảy

30 ml/2 muỗng canh mật mía (mật đường)

2 lòng trắng trứng đánh nhẹ

225 g/8 oz/2 chén bột mì (đa dụng)

5ml/1 tsp muối nở (baking soda)

5ml/1 muỗng cà phê. quế đất

2,5ml/½ muỗng cà phê đinh hương xay

1,5ml/¼ muỗng cà phê gừng xay

Một nhúm muối

250 ml/8 fl oz/1 cốc bơ sữa

Cho nước sốt:

100 g/4 oz/½ chén đường bột (siêu mịn)

30ml/2 tbsp bột bắp (cornstarch)

Một nhúm muối

Một nhúm hạt nhục đậu khấu

250 ml/8 fl oz/1 cốc nước sôi

15 g/½ oz/1 muỗng canh. muỗng canh bơ hoặc bơ thực vật

30ml/2 muỗng canh nước cốt chanh

2,5 ml/½ muỗng cà phê. vỏ chanh bào mịn

Kết hợp đường, bơ hoặc bơ thực vật và mật đường. Kết hợp lòng trắng trứng. Kết hợp bột mì, baking soda, gia vị và muối. Lần lượt khuấy hỗn hợp bột và bơ sữa vào hỗn hợp bơ và đường cho đến

117

khi trộn đều. Đổ vào khuôn ổ bánh mì 8"/20 cm đã được bôi mỡ và rắc bột mì rồi nướng trong lò đã làm nóng trước ở nhiệt độ 200°C/400°F/nhiệt độ 6 trong 35 phút cho đến khi một chiếc tăm cắm vào giữa lấy ra sạch sẽ . Để nguội trong 5 phút trong chảo trước khi mở khuôn trên giá dây để nguội hoàn toàn. Bánh có thể được phục vụ lạnh hoặc ấm.

Để làm nước sốt, kết hợp đường, bột bắp, muối, nhục đậu khấu và nước trong một cái chảo nhỏ trên lửa nhỏ và khuấy cho đến khi kết hợp tốt. Đun nhỏ lửa, khuấy đều cho đến khi hỗn hợp đặc và trong. Khuấy bơ hoặc bơ thực vật và nước chanh và vỏ và nấu cho đến khi trộn đều. Đổ lên bánh gừng để phục vụ.

bánh gừng cà phê

Làm bánh 8"/20cm

200g/7oz/1¾ chén bột mì tự nở (tự nở)

10ml/2 muỗng canh. gừng xay

10ml/2 muỗng canh. cà phê hạt hòa tan

100 ml/4 fl oz/½ cốc nước nóng

100 g/4 oz/½ chén bơ hoặc bơ thực vật

75 g/3 oz/¼ cốc xi-rô vàng (ngô nhạt)

50 g/2 oz/¼ cốc đường nâu mềm

2 quả trứng đánh tan

Trộn bột và gừng. Hòa tan cà phê trong nước nóng. Làm tan chảy bơ thực vật, xi-rô và đường, sau đó trộn chúng với các nguyên liệu khô. Trộn cà phê và trứng. Đổ vào khuôn bánh (thiếc) 8"/20 cm đã bôi mỡ và lót giấy rồi nướng trong lò nướng 4 nhiệt độ 180°C/350°F/đã làm nóng trước trong 40-45 phút cho đến khi bánh nở đều và mềm khi chạm vào.

bánh kem gừng

Làm bánh 8"/20cm

6 oz/¾ cốc/175 g bơ hoặc bơ thực vật, để mềm

2/3 cốc/5 oz/150 g đường nâu mềm

3 quả trứng, đánh nhẹ

175 g/6 oz/1½ cốc bột mì tự nở (tự nở)

15 ml / 1 tbsp gừng xay Trang trí:

¼ pt/2/3 cốc/150 ml kem đôi (nặng)

15ml/1 muỗng cà phê đường đóng băng (bánh kẹo), rây

5ml/1 muỗng cà phê. gừng xay

Đánh bơ hoặc bơ thực vật và đường với nhau cho đến khi nhẹ và mịn. Dần dần thêm trứng, sau đó bột mì và gừng và trộn đều. Chia thành hai khuôn bánh sandwich 8/20 cm đã được bôi mỡ và lót giấy bạc rồi nướng trong lò 350°F/180°C/bộ điều nhiệt 4 đã làm nóng trước trong 25 phút cho đến khi bánh nổi lên và có độ đàn hồi khi chạm vào. Để nguội.

Đánh bông kem tươi với đường và gừng cho đến khi bông cứng, sau đó dùng phới lồng để đóng bánh lại với nhau.

bánh gừng Liverpool

Làm bánh 8"/20cm

100 g/4 oz/½ chén bơ hoặc bơ thực vật

100g/4oz/½ chén đường demerara

30 ml/2 muỗng canh. muỗng canh xi-rô vàng (ngô nhạt)

225 g/8 oz/2 chén bột mì (đa dụng)

2.5ml/½ tsp muối nở (baking soda)

10ml/2 muỗng canh. gừng xay

2 quả trứng đánh tan

225 g/8 oz/11/3 cốc nho khô (nho khô vàng)

2 oz/½ cốc/50 g kẹo (kẹo) gừng, thái nhỏ

Đun chảy bơ hoặc bơ thực vật với đường và xi-rô trên lửa nhỏ. Tắt bếp và thêm các nguyên liệu khô và trứng vào trộn đều. Khuấy nho khô và gừng. Đổ vào khuôn bánh hình vuông 8"/20 cm (thiếc) đã được bôi mỡ và lót giấy rồi nướng trong lò 3 nhiệt độ 300°F/150°C/bộ điều nhiệt 3 đã làm nóng trước trong 1 tiếng rưỡi cho đến khi sờ vào thấy mềm. Bánh có thể chảy một chút ở trung tâm. Để nguội cho vào khuôn.

bánh gừng yến mạch

Làm bánh 35 x 23 cm/14 x 9 in

225 g/8 oz/2 chén bột mì (lúa mì nguyên cám)

75 g/3 oz/¾ cốc yến mạch cán mỏng

5ml/1 tsp muối nở (baking soda)

5ml/1 tsp cream of tartar

15 ml/1 muỗng canh gừng xay

225 g/8 oz/1 chén bơ hoặc bơ thực vật

225 g/8 oz/1 cốc đường nâu mềm

Kết hợp bột mì, yến mạch cán mỏng, baking soda, cream of tartar và gừng trong một cái bát. Chà bơ hoặc bơ thực vật cho đến khi hỗn hợp giống như vụn bánh mì. Khuấy đường. Ấn chặt hỗn hợp vào khuôn ổ bánh mì 35 x 23 cm/14 x 9 đã bôi mỡ và nướng trong lò đã làm nóng trước ở 160°C/325°F/nhiệt độ 3 trong 30 phút cho đến khi có màu vàng nâu. Cắt thành hình vuông khi còn ấm và để nguội hoàn toàn trong chảo.

bánh gừng màu cam

Làm bánh 9"/23 cm

450 g/1 lb/4 chén bột mì (đa dụng)

5ml/1 muỗng cà phê. quế đất

2,5 ml/½ muỗng cà phê. gừng xay

2.5ml/½ tsp muối nở (baking soda)

2/3 cốc/6 oz/175 g bơ hoặc bơ thực vật

2/3 cốc/6 oz/175 g đường bột (siêu mịn)

75 g/3 oz/½ cốc vỏ cam đông lạnh (kẹo), xắt nhỏ

Vỏ bào và nước cốt của ½ quả cam lớn

175 g/6 oz/½ cốc xi-rô vàng (ngô nhạt), được làm ấm

2 quả trứng, đánh nhẹ

Một chút sữa

Kết hợp bột mì, gia vị và baking soda, sau đó khuấy bơ hoặc bơ thực vật cho đến khi hỗn hợp giống như vụn bánh mì. Khuấy đường, vỏ và vỏ cam, sau đó tạo một cái giếng ở giữa. Khuấy nước cam và xi-rô đã làm ấm, sau đó cho trứng vào khuấy đều cho đến khi mềm và sánh lại, thêm một ít sữa nếu cần. Đánh đều, sau đó đổ vào khuôn bánh hình vuông 9 cm/23 cm đã bôi mỡ và nướng trong lò 3 nhiệt độ 325°F/160°C/bộ điều nhiệt 3 đã làm nóng trước trong 1 giờ cho đến khi bánh phồng lên và có độ đàn hồi khi chạm vào.

bánh gừng dính

Làm bánh 10"/25 cm

275 g/10 oz/2½ chén bột mì (đa dụng)

10ml/2 muỗng canh. quế đất

5ml/1 tsp muối nở (baking soda)

100 g/4 oz/½ chén bơ hoặc bơ thực vật

175 g/6 oz/½ cốc xi-rô vàng (ngô nhạt)

175 g/6 oz/½ cốc mật mía (mật đường)

100 g/4 oz/½ cốc đường nâu mềm

2 quả trứng đánh tan

150 ml/¼ pt/2/3 cốc nước nóng

Kết hợp bột mì, quế và baking soda. Đun chảy bơ hoặc bơ thực vật với xi-rô, mật đường và đường rồi đổ vào nguyên liệu khô. Thêm trứng và nước và trộn đều. Đổ vào khuôn 25 cm/10 ô vuông đã phết bơ và lót giấy. Nướng trong lò đã làm nóng trước ở 180°C/350°F/nhiệt độ 4 trong 40-45 phút, cho đến khi bánh nở đều và mềm khi chạm vào.

bánh gừng nguyên cám

Làm bánh 7"/18 cm

100 g/4 oz/1 cốc bột mì (đa dụng)

100 g/4 oz/1 cốc bột mì (lúa mì nguyên cám)

50 g/2 oz/¼ cốc đường nâu mềm

50g/2oz/1/3 cốc nho khô (nho khô vàng)

10ml/2 muỗng canh. gừng xay

5ml/1 muỗng cà phê. quế đất

5ml/1 tsp muối nở (baking soda)

Một nhúm muối

100 g/4 oz/½ chén bơ hoặc bơ thực vật

30 ml/2 muỗng canh. muỗng canh xi-rô vàng (ngô nhạt)

30 ml/2 muỗng canh mật mía (mật đường)

1 quả trứng, đánh nhẹ

150 ml/¼ pt/2/3 cốc sữa

Trộn các thành phần khô với nhau. Làm tan chảy bơ hoặc bơ thực vật với xi-rô và mật đường rồi khuấy vào nguyên liệu khô cùng với trứng và sữa. Đổ vào khuôn bánh 7 cm/18 cm đã được bôi mỡ và lót giấy rồi nướng trong lò nướng 325°F/160°C/bộ điều nhiệt 3 đã làm nóng trước trong 1 giờ cho đến khi sờ vào thấy mềm.

Bánh mật ong và hạnh nhân

Làm bánh 8"/20cm

250g/9oz cà rốt, nạo

65 g/2½ oz hạnh nhân, thái nhỏ

2 quả trứng

100 g/4 oz/1/3 cốc mật ong nguyên chất

60ml/4 muỗng canh dầu

150 ml/¼ pt/2/3 cốc sữa

100 g/4 oz/1 cốc bột mì (lúa mì nguyên cám)

25 g/1 oz/¼ chén bột mì (tất cả các mục đích)

10ml/2 muỗng canh. quế đất

2.5ml/½ tsp muối nở (baking soda)

Một nhúm muối

men chanh

Một ít hạnh nhân cắt lát (thái nhỏ) để trang trí

Trộn cà rốt và quả óc chó. Đánh trứng trong một bát riêng, sau đó trộn mật ong, dầu và sữa. Khuấy cà rốt và quả óc chó, sau đó khuấy nguyên liệu khô. Đổ vào khuôn bánh 8"/20 cm (thiếc) đã được bôi mỡ và lót giấy rồi nướng trong lò 2 nhiệt độ 300°F/150°C/bộ điều chỉnh nhiệt đã làm nóng trước trong 1 đến 1 tiếng rưỡi cho đến khi bánh nở đều và mềm khi chạm vào. Để nguội trong chảo trước khi mở khuôn. Rưới một lớp men chanh sau đó trang trí bằng hạnh nhân cắt nhỏ.

bánh kem chanh

Làm bánh 7"/18 cm

100 g/4 oz/½ cốc bơ hoặc bơ thực vật, đã làm mềm

100 g/4 oz/½ chén đường bột (siêu mịn)

2 quả trứng

100 g/4 oz/1 cốc bột mì (đa dụng)

50 g/2 oz/½ chén gạo xay

2.5ml/½ muỗng cà phê bột nở

Vỏ bào và nước cốt của 1 quả chanh

2/3 cốc/4 oz/100 g đường (dùng cho bánh kẹo), rây

Đánh bơ hoặc bơ thực vật và đường với nhau cho đến khi nhẹ và mịn. Thêm từng quả trứng vào, đánh đều sau mỗi lần thêm. Kết hợp bột mì, gạo xay, bột nở và vỏ chanh, sau đó trộn vào hỗn hợp. Đổ vào khuôn bánh 18 cm/7 cm đã phết bơ và lót giấy rồi nướng trong lò đã làm nóng trước ở nhiệt độ 180°C/350°F/nhiệt 4 trong 1 giờ cho đến khi chạm vào có độ đàn hồi. Lấy ra khỏi khuôn và để nguội.

Trộn đường bột với một ít nước cốt chanh cho đến khi mịn. Đổ bánh và để yên.

Vòng trà đá

Dành cho 4 đến 6 người

¼ pt/150 ml/2/3 cốc sữa nóng

2,5ml/½ muỗng cà phê men khô

25 g/1 oz/2 muỗng canh đường bột (siêu mịn)

25 g/1 oz/2 muỗng canh bơ hoặc bơ thực vật

225 g/8 oz/2 cốc bột mì (bánh mì) cứng

1 quả trứng đánh tan

2 oz/¼ cốc/50 g bơ hoặc bơ thực vật, để mềm

50 g/2 oz/¼ cốc hạnh nhân xay

50 g/2 oz/¼ cốc đường nâu mềm

Đối với Trang trí :

2/3 cốc/4 oz/100 g đường (dùng cho bánh kẹo), rây

15 ml / 1 muỗng canh nước ấm

30 ml/2 muỗng canh. muỗng canh hạnh nhân xắt nhỏ (thái nhỏ)

Đổ sữa lên men và đường rồi trộn đều. Để ở nơi ấm áp cho đến khi sủi bọt. Chà bơ hoặc bơ thực vật vào bột. Thêm hỗn hợp men và trứng và đánh đều. Đậy bát bằng màng bọc thực phẩm có dầu (bọc nhựa) và để yên ở nơi ấm áp trong 1 giờ. Nhào lại, sau đó tạo hình thành hình chữ nhật có kích thước khoảng 30 x 23 cm/12 x 9 inch. Phết bơ hoặc bơ thực vật để làm nhân lên trên bột và rắc hạnh nhân xay và đường. Cuộn xúc xích thành hình dài và tạo thành một chiếc nhẫn, dán các cạnh bằng một ít nước. Cắt hai phần ba cuộn với các khoảng cách khoảng 1½/3 cm và đặt lên khay nướng (nấu ăn) đã bôi mỡ. Để ở nơi ấm áp trong 20 phút. Nướng trong lò đã làm nóng trước ở 200°C/425°F/khí 7 trong 15 phút. Giảm nhiệt độ lò xuống 180°C/350°F/gas 4 trong 15 phút nữa.

Trong khi đó, trộn đường bột và nước để tạo lớp phủ đông lạnh. Sau khi nguội, phết lên bánh và trang trí với hạnh nhân cắt nhỏ.

bánh tráng

Làm bánh 9" x 7"/23 x 18 cm

15 g/½ oz men tươi hoặc 20 ml/4 muỗng canh. nấm men khô

5ml/1 muỗng cà phê. đường bột (siêu mịn)

½ pt/1¼ cốc/300 ml nước ấm

2/3 cốc/5 oz/150 g mỡ lợn (rút ngắn)

450 g/1 lb/4 chén bột mì (bánh mì) mạnh

Một nhúm muối

100 g/4 oz/2/3 cốc nho khô (nho khô vàng)

100 g/4 oz/2/3 cốc mật ong nguyên chất

Trộn men với đường và một ít nước ấm rồi để ở nơi ấm áp trong 20 phút cho đến khi sủi bọt.

Xoa 25 g/1 oz/2 muỗng canh mỡ lợn vào bột mì và muối, tạo một cái giếng ở giữa. Đổ hỗn hợp men và phần nước ấm còn lại vào và trộn đều để có được một khối bột cứng. Nhào cho đến khi mịn và đàn hồi. Cho vào tô đã thoa dầu, dùng màng bọc thực phẩm (plastic wrap) đậy lại và để ở nơi ấm áp trong khoảng 1 giờ cho đến khi nở gấp đôi.

Xúc xắc mỡ lợn còn lại. Nhào bột một lần nữa, sau đó cán bột thành hình chữ nhật có kích thước khoảng 35 x 23 cm/14 x 9 inch. Phủ 2/3 bột trên cùng với 1/3 mỡ lợn, 1/3 nho khô và 1/4 mật ong. Gấp một phần ba bột thường lên trên phần nhân, sau đó gấp một phần ba trên cùng xuống dưới. Nhấn các cạnh lại với nhau để bịt kín, sau đó xoay bột một phần tư để nếp gấp nằm ở bên trái của bạn. Trải rộng và lặp lại quy trình hai lần nữa để sử dụng hết mỡ lợn và nho khô. Đặt lên một tấm nướng đã được bôi mỡ (bánh quy) và dùng dao rạch một đường chéo lên trên. Đậy nắp và để ở nơi ấm áp trong 40 phút.

Nướng trong lò đã làm nóng trước ở 220°C/425°F/nhiệt 7 trong 40 phút. Rưới phần mật ong còn lại lên trên, sau đó để nguội.

Bánh hạt caraway

Làm bánh 9" x 7"/23 x 18 cm

450 g/1 lb bột bánh mì trắng cơ bản

6 oz/¾ chén mỡ lợn (rút ngắn), cắt thành miếng

175 g/6 oz/¾ cốc đường bột (siêu mịn)

15 ml/1 muỗng canh hạt caraway

Chuẩn bị bột, sau đó lăn nó ra một bề mặt bột nhẹ thành hình chữ nhật khoảng 35 x 23 cm. Rắc 2/3 bột trên cùng với một nửa mỡ lợn và một nửa đường, sau đó gấp bột lại. một phần ba bột và gấp một phần ba trên cùng xuống trên nó. Xoay bột một phần tư để nếp gấp ở bên trái của bạn, sau đó lăn ra một lần nữa và rắc theo cách tương tự với mỡ lợn, đường và hạt caraway còn lại. Gấp lại, sau đó định hình để vừa với khuôn (khuôn) và ghi điểm trên cùng theo hình kim cương. Dùng màng bọc thực phẩm (bọc nhựa) đậy lại và để ở nơi ấm áp trong khoảng 30 phút cho đến khi nở gấp đôi.

Nướng trong lò đã làm nóng trước ở 200°C/400°F/nhiệt 6 trong 1 giờ. Để nguội trong chảo 15 phút để mỡ thấm vào bột, sau đó lấy khuôn ra giá để nguội hoàn toàn.

Bánh kem bi

Làm bánh 8"/20cm

6 oz/¾ cốc/175 g bơ hoặc bơ thực vật, để mềm

175 g/6 oz/¾ cốc đường bột (siêu mịn)

3 quả trứng, đánh nhẹ

225 g/8 oz/2 cốc bột mì tự nở (tự nở)

Vài giọt tinh chất hạnh nhân (chiết xuất)

Vài giọt màu thực phẩm xanh

Vài giọt màu thực phẩm đỏ

Đánh bơ hoặc bơ thực vật và đường với nhau cho đến khi nhẹ và mịn. Dần dần thêm trứng, sau đó thêm bột. Chia hỗn hợp thành ba. Thêm 1/3 tinh chất hạnh nhân, 1/3 màu thực phẩm xanh và 1/3 màu thực phẩm đỏ. Lần lượt thả từng thìa lớn của ba hỗn hợp vào khuôn (chảo) bánh 8 inch/20 cm đã được bôi mỡ và lót giấy rồi nướng trong lò nướng 180°C/350°F/lò nhiệt 4 đã được làm nóng trước trong 45 phút cho đến khi bánh phồng đều và linh hoạt. chạm.

Bánh lớp Lincolnshire

Làm bánh 8"/20cm

175 g/6 oz/¾ chén bơ hoặc bơ thực vật

350 g/12 oz/3 chén bột mì (đa dụng)

Một nhúm muối

150 ml/¼ pt/2/3 cốc sữa

15 ml / 1 muỗng canh men khô Để làm đầy:

225 g/8 oz/11/3 cốc nho khô (nho khô vàng)

225 g/8 oz/1 cốc đường nâu mềm

25 g/1 oz/2 muỗng canh bơ hoặc bơ thực vật

2,5 ml/½ muỗng cà phê. hạt tiêu đất

1 quả trứng, tách ra

Chà một nửa bơ hoặc bơ thực vật vào bột mì và muối cho đến khi hỗn hợp giống như vụn bánh mì. Đun nóng phần bơ hoặc bơ thực vật còn lại với sữa cho đến khi ấm bằng tay, sau đó trộn một ít với men thành hỗn hợp sệt. Thêm hỗn hợp men và phần còn lại của sữa và bơ vào hỗn hợp bột và nhào cho đến khi bạn có một khối bột mềm. Cho vào bát đã thoa dầu, đậy nắp lại và để ở nơi ấm áp trong khoảng 1 giờ cho đến khi nở gấp đôi. Trong khi đó, cho tất cả các nguyên liệu làm nhân trừ lòng trắng trứng vào nồi đun trên lửa nhỏ và để tan chảy.

Cán mỏng một phần tư bột thành hình tròn có đường kính 8/20 cm và phết một phần ba nhân. Lặp lại với lượng bột và nhân còn lại, phủ bột thành hình tròn. Chải các cạnh bằng lòng trắng trứng và bịt kín. Nướng trong lò đã làm nóng trước ở 190°C/375°F/nhiệt 5 trong 20 phút. Quét một lớp lòng trắng trứng lên mặt bánh, sau đó quay trở lại lò nướng thêm 30 phút nữa cho đến khi vàng.

Bánh mỳ

Làm bánh 900 g/2 lb

6 oz/¾ cốc/175 g bơ hoặc bơ thực vật, để mềm

10 oz/275 g/1¼ chén đường bột (siêu mịn)

Vỏ bào và nước cốt của ½ quả chanh

120 ml/4 fl oz/½ cốc sữa

275 g/10 oz/2¼ cốc bột mì tự nở (tự nở)

5ml/1 thìa cafe muối

5ml/1 muỗng cà phê bột nở

3 quả trứng

Đường đóng băng (bánh kẹo), rây, để làm sạch

Đánh kem bơ hoặc bơ thực vật, đường và vỏ chanh cho đến khi nhẹ và mịn. Khuấy nước chanh và sữa, sau đó khuấy bột mì, muối và bột nở và trộn cho đến khi mịn. Dần dần thêm trứng, đánh đều sau mỗi lần thêm. Đổ hỗn hợp vào khuôn ổ bánh mì 900 g/ 2 lb (thiếc) đã được bôi mỡ và lót giấy rồi nướng trong lò 150°F/300°F/bộ điều chỉnh nhiệt 2 đã được làm nóng trước trong 1¼ giờ cho đến khi chạm vào có độ đàn hồi . Để nguội trong chảo 10 phút trước khi mở khuôn để làm nguội hoàn toàn trên giá dây. Phục vụ rắc đường đóng băng.

bánh mứt

Làm bánh 7"/18 cm

6 oz/¾ cốc/175 g bơ hoặc bơ thực vật, để mềm

175 g/6 oz/¾ cốc đường bột (siêu mịn)

3 quả trứng, tách ra

300g/10oz/2½ chén bột mì tự nở (tự nở)

45 ml/3 muỗng canh mứt đặc

2 oz/50 g/1/3 chén hỗn hợp (kẹo) vỏ cây, xắt nhỏ

Vỏ bào của 1 quả cam

45ml/3 muỗng canh nước

Đối với đóng băng (đóng băng):
2/3 cốc/4 oz/100 g đường (dùng cho bánh kẹo), rây

Nước ép của 1 quả cam

Vài lát kẹo cam (kẹo)

Đánh bơ hoặc bơ thực vật và đường với nhau cho đến khi nhẹ và mịn. Dần dần thêm lòng đỏ trứng, sau đó 15 ml / 1 muỗng canh bột mì. Khuấy mứt cam, vỏ hỗn hợp, vỏ cam và nước, sau đó cho bột mì còn lại vào khuấy đều. Đánh lòng trắng trứng cho đến khi bông cứng, sau đó trộn chúng vào hỗn hợp bằng thìa kim loại. Đổ vào khuôn bánh 7 cm/18 cm đã được bôi mỡ và lót giấy rồi nướng trong lò nướng có nhiệt độ 350°F/180°C/bộ điều nhiệt 4 đã làm nóng trước trong 1 tiếng rưỡi cho đến khi bánh nở đều và mềm khi chạm vào. Để nguội trong chảo trong 5 phút, sau đó mở khuôn lên giá để nguội hoàn toàn.

Để làm kem, cho đường bột vào một cái bát và tạo một cái giếng ở giữa. Dần dần khuấy đủ nước cam để đạt được độ đặc có thể phết. Đổ bánh và các mặt và để yên. Trang trí với những lát kẹo cam.

bánh hạt anh túc

Làm bánh 8"/20cm

250 ml/8 fl oz/1 cốc sữa

100 g/4 oz/1 cốc hạt anh túc

8 oz/1 chén bơ hoặc bơ thực vật, làm mềm

225 g/8 oz/1 cốc đường nâu mềm

3 quả trứng, tách ra

100 g/4 oz/1 cốc bột mì (đa dụng)

100 g/4 oz/1 cốc bột mì (lúa mì nguyên cám)

5ml/1 muỗng cà phê bột nở

Đun sôi sữa trong một cái nồi nhỏ cùng với hạt anh túc, sau đó bắc ra khỏi bếp, đậy nắp và ngâm trong 30 phút. Đánh bơ hoặc bơ thực vật và đường với nhau cho đến khi nhạt màu và mịn. Dần dần kết hợp lòng đỏ trứng, sau đó kết hợp bột mì và bột nở. Khuấy hạt anh túc và sữa. Đánh lòng trắng trứng cho đến khi bông cứng, sau đó trộn chúng vào hỗn hợp bằng thìa kim loại. Đổ vào khuôn ổ bánh mì 8 in/20 cm đã được phết bơ và nướng trong lò đã làm nóng trước ở nhiệt độ 180°C/350°F/nhiệt độ 4 trong 1 giờ cho đến khi tăm cắm vào giữa thấy sạch. Để nguội trong chảo 10 phút trước khi mở khuôn để làm nguội hoàn toàn trên giá dây.

Bánh sữa chua nguyên chất

Làm bánh 9"/23 cm

150g sữa chua nguyên chất

150 ml/¼ pt/2/3 cốc dầu

225 g/8 oz/1 cốc đường bột (siêu mịn)

225 g/8 oz/2 cốc bột mì tự nở (tự nở)

10ml/2 tsp bột nở

2 quả trứng đánh tan

Trộn tất cả các thành phần lại với nhau cho đến khi mịn, sau đó đổ vào khuôn (khuôn) bánh có đường kính 9/23 cm đã bôi mỡ và lót giấy. Nướng trong lò đã làm nóng trước ở 160°C/325°F/nhiệt độ 3 trong 1 tiếng rưỡi cho đến khi sờ vào thấy mềm. Để nguội cho vào khuôn.

Mận và bánh kem

Làm bánh 9"/23 cm

Đối với điền:

2/3 cốc/5 oz/150 g mận khô (đọ sức), thái nhỏ

120 ml/4 fl oz/½ cốc nước cam

50 g/2 oz/¼ cốc đường bột (siêu mịn)

30ml/2 tbsp bột bắp (cornstarch)

6 fl oz/¾ cốc sữa

2 lòng đỏ trứng

Vỏ cam bào mịn

Đối với bánh:

6 oz/¾ cốc/175 g bơ hoặc bơ thực vật, để mềm

225 g/8 oz/1 cốc đường bột (siêu mịn)

3 quả trứng, đánh nhẹ

200 g/7 oz/1¾ chén bột mì (đa dụng)

10ml/2 tsp bột nở

2,5ml/½ muỗng cà phê hạt nhục đậu khấu

75ml/5 muỗng canh nước cam

Đầu tiên làm nhân bánh. Ngâm mận trong nước cam ít nhất hai giờ.

Trộn đường và bột ngô thành hỗn hợp sệt với một ít sữa. Đun sôi phần sữa còn lại trong nồi. Đổ đường và bột bắp vào trộn đều, sau đó quay trở lại chảo đã rửa sạch và cho lòng đỏ trứng vào. Thêm vỏ cam và khuấy trên lửa nhỏ cho đến khi đặc lại, nhưng đừng để kem bánh ngọt sôi. Đặt chảo vào một bát nước lạnh và thỉnh thoảng khuấy kem khi nó nguội đi.

Để làm bánh, đánh kem bơ hoặc bơ thực vật và đường cho đến khi nhẹ và mịn. Dần dần thêm trứng, sau đó thêm bột mì, bột nở và hạt nhục đậu khấu, xen kẽ với nước cam. Đổ một nửa bột vào khuôn bánh 9/23 cm đã phết bơ, sau đó phết kem bánh ngọt lên trên, chừa một khoảng trống xung quanh mép. Rưới mận khô và nước nhỏ giọt lên trên kem, sau đó đổ hỗn hợp bánh còn lại lên trên, đảm bảo hỗn hợp bánh phủ kín nhân xung quanh các mặt và phủ kín toàn bộ nhân. Nướng trong lò đã làm nóng trước ở 200°C/400°F/nhiệt độ 6 trong 35 phút cho đến khi có màu vàng nâu và co lại ở các mặt chảo. Để nguội trong chảo trước khi mở khuôn.

Bánh mâm xôi với phủ sô cô la

Làm bánh 8"/20cm

6 oz/¾ cốc/175 g bơ hoặc bơ thực vật, để mềm

175 g/6 oz/¾ cốc đường bột (siêu mịn)

3 quả trứng, đánh nhẹ

225 g/8 oz/2 cốc bột mì tự nở (tự nở)

100 g quả mâm xôi Dùng để tráng men và trang trí:

Kem bơ sô cô la trắng

100 g/4 oz/1 cốc sô cô la nguyên chất (loại ít ngọt)

Đánh bơ hoặc bơ thực vật và đường với nhau cho đến khi nhẹ và mịn. Dần dần thêm trứng, sau đó thêm bột. Xay nhuyễn quả mâm xôi, sau đó lọc qua rây (lọc) để loại bỏ hạt. Khuấy bột nhuyễn vào hỗn hợp bánh, chỉ để nó lăn qua hỗn hợp và không trộn lẫn với nó. Đổ vào khuôn bánh có đường kính 20 cm đã phết bơ và lót giấy rồi nướng trong lò đã làm nóng trước ở nhiệt độ 180°C/350°F/xăng 4 trong 45 phút cho đến khi bánh nở đều và đàn hồi khi chạm vào. Chuyển đến một dây rack để nguội.

Phết kem bơ lên bánh và dùng nĩa làm nhám bề mặt. Làm tan chảy sô cô la trong một cái bát cách nhiệt đặt trên một nồi nước sôi. Trải trên một tấm nướng (bánh quy) và để lại cho đến khi gần như thiết lập. Cạo mặt phẳng của một con dao sắc trên sô cô la để tạo những lọn tóc xoăn. Dùng để trang trí mặt trên của bánh.

bánh cát

Làm bánh 8"/20cm

75 g/3 oz/1/3 chén bơ hoặc bơ thực vật, để mềm

75 g/3 oz/1/3 chén đường bột (siêu mịn)

2 quả trứng, đánh nhẹ

100 g/4 oz/1 chén bột ngô (cornstarch)

25 g/1 oz/¼ chén bột mì (tất cả các mục đích)

5ml/1 muỗng cà phê bột nở

50 g/2 oz/½ chén hạt hỗn hợp xắt nhỏ

Đánh bơ hoặc bơ thực vật và đường với nhau cho đến khi nhẹ và mịn. Dần dần thêm trứng, sau đó thêm bột ngô, bột mì và bột nở. Đổ hỗn hợp vào chảo vuông 8 inch/20 cm đã bôi mỡ và rắc quả óc chó cắt nhỏ. Nướng trong lò đã làm nóng trước ở 180°C/350°F/nhiệt độ 4 trong 1 giờ cho đến khi sờ vào thấy mềm.

bánh hạt

Làm bánh 7"/18 cm

100 g/4 oz/½ cốc bơ hoặc bơ thực vật, đã làm mềm

100 g/4 oz/½ chén đường bột (siêu mịn)

2 quả trứng, đánh nhẹ

225 g/8 oz/2 chén bột mì (đa dụng)

25 g/1 oz/¼ cốc hạt caraway

5ml/1 muỗng cà phê bột nở

Một nhúm muối

45ml/3 muỗng canh sữa

Đánh bơ hoặc bơ thực vật và đường với nhau cho đến khi nhẹ và mịn. Từ từ cho trứng vào khuấy đều, sau đó cho bột mì, hạt caraway, bột nở và muối vào khuấy đều. Khuấy đủ sữa để đạt được độ sệt giống như giọt nước. Đổ vào khuôn bánh 7 cm/18 cm đã được bôi mỡ và lót giấy rồi nướng trong lò nướng 200°C/400°F/nhiệt 6 đã được làm nóng trước trong 1 giờ cho đến khi chạm vào thấy đàn hồi và bắt đầu co lại từ các mặt khuôn.

bánh nhẫn cay

Làm nhẫn 23 cm / 9 in

1 quả táo, gọt vỏ, bỏ lõi và nạo

30ml/2 muỗng canh nước cốt chanh

25 g/8 oz/1 cốc đường nâu mềm

5ml/1 muỗng cà phê. gừng xay

5ml/1 muỗng cà phê. quế đất

2,5 ml/½ muỗng cà phê. gia vị xay (bánh táo)

2/3 cốc/8 oz/225 g xi-rô vàng (ngô nhẹ)

250 ml/8 fl oz/1 cốc dầu

10ml/2 tsp bột nở

400 g/14 oz/3½ chén bột mì (đa dụng)

10ml/2 muỗng cà phê bicarbonate soda (baking soda)

250 ml/8 fl oz/1 cốc trà nóng đặc

1 quả trứng đánh tan

Đường đóng băng (bánh kẹo), rây, để làm sạch

Trộn nước ép táo và chanh với nhau. Khuấy đường và gia vị, sau đó là xi-rô và dầu. Thêm bột nở vào bột mì và muối nở vào trà nóng. Thêm chúng xen kẽ vào hỗn hợp, sau đó thêm trứng. Đổ vào khuôn bánh 9cm/23cm (thiếc) đã bôi mỡ và lót giấy rồi nướng trong lò 350°F/180°C/lò nhiệt 4 đã được làm nóng trước trong 1 giờ cho đến khi chạm vào thấy mềm. Để nguội trong chảo trong 10 phút, sau đó mở khuôn lên giá để nguội hoàn toàn. Phục vụ rắc đường đóng băng.

Bánh lớp cay

Làm bánh 9"/23 cm

100 g/4 oz/½ cốc bơ hoặc bơ thực vật, đã làm mềm

100g/4oz/½ chén đường cát

100 g/4 oz/½ cốc đường nâu mềm

2 quả trứng đánh tan

175 g/6 oz/1½ chén bột mì (đa dụng)

5ml/1 muỗng cà phê bột nở

5ml/1 muỗng cà phê. quế đất

2.5ml/½ tsp muối nở (baking soda)

2,5 ml/½ muỗng cà phê. gia vị xay (bánh táo)

Một nhúm muối

200 ml / 7 fl oz / ít 1 cốc sữa cô đặc đóng hộp

kem bơ chanh

Đánh bơ hoặc bơ thực vật và đường với nhau cho đến khi nhẹ và mịn. Từ từ cho trứng vào khuấy đều, sau đó cho các nguyên liệu khô và sữa đặc vào khuấy đều và trộn cho đến khi mịn. Chia thành hai khuôn bánh 9 cm/23 cm đã được bôi mỡ và lót giấy bạc rồi nướng trong lò 350°F/180°C/ lò nhiệt 4 đã được làm nóng trước trong 30 phút cho đến khi sờ vào thấy mềm. Để nguội, sau đó kẹp bánh mì với kem bơ chanh.

bánh quế đường

Làm bánh 9"/23 cm

175 g/6 oz/1½ cốc bột mì tự nở (tự nở)

10ml/2 tsp bột nở

Một nhúm muối

175 g/6 oz/¾ cốc đường bột (siêu mịn)

2 oz/¼ cốc/50 g bơ hoặc bơ thực vật, tan chảy

1 quả trứng, đánh nhẹ

120 ml/4 fl oz/½ cốc sữa

2,5ml/½ muỗng cà phê tinh chất vani (chiết xuất)

Đối với Trang trí :
2 oz/¼ cốc/50 g bơ hoặc bơ thực vật, tan chảy

50 g/2 oz/¼ cốc đường nâu mềm

2,5 ml/½ muỗng cà phê. quế đất

Đánh tất cả các thành phần bánh với nhau cho đến khi mịn và trộn đều. Đổ vào khuôn bánh 9 cm/23 cm đã phết bơ và nướng trong lò đã làm nóng trước ở nhiệt độ 180°C/350°F/nhiệt 4 trong 25 phút cho đến khi bánh chín vàng. Chải bánh nóng với bơ. Kết hợp đường và quế và rắc lên trên. Cho bánh trở lại lò nướng thêm 5 phút nữa.

bánh trà Victoria

Làm bánh 8"/20cm

8 oz/1 chén bơ hoặc bơ thực vật, làm mềm

225 g/8 oz/1 cốc đường bột (siêu mịn)

225 g/8 oz/2 cốc bột mì tự nở (tự nở)

25 g/1 oz/¼ chén bột ngô (cornstarch)

30 ml/2 muỗng canh hạt thì là

5 quả trứng, tách ra

Đường hạt để rắc

Đánh bơ hoặc bơ thực vật và đường với nhau cho đến khi nhạt màu và mịn. Khuấy bột mì, bột bắp và hạt caraway. Đánh lòng đỏ trứng, sau đó khuấy chúng vào hỗn hợp. Đánh lòng trắng trứng cho đến khi bông cứng, sau đó nhẹ nhàng trộn chúng vào hỗn hợp bằng thìa kim loại. Đổ vào khuôn bánh có đường kính 20 cm đã được phết bơ và rắc đường. Nướng trong lò đã làm nóng trước ở 180°C/350°F/nhiệt độ 4 trong 1 tiếng rưỡi cho đến khi có màu vàng nâu và bắt đầu co lại xung quanh các thành chảo.

Bánh trái cây tổng hợp

Làm bánh 8"/20cm

6 oz/¾ cốc/175 g bơ hoặc bơ thực vật, để mềm

175 g/6 oz/¾ cốc đường nâu mềm

3 quả trứng

15ml/1 muỗng cà phê muỗng canh xi-rô vàng (ngô nhạt)

100 g/4 oz/½ cốc anh đào tráng men (kẹo)

100 g/4 oz/2/3 cốc nho khô (nho khô vàng)

100g/4oz/2/3 chén nho khô

225 g/8 oz/2 cốc bột mì tự nở (tự nở)

10ml/2 muỗng canh. gia vị xay (bánh táo)

Cho tất cả nguyên liệu vào bát và trộn đều cho đến khi trộn đều hoặc chế biến trong máy xay thực phẩm. Đổ vào khuôn bánh có đường kính 8 inch/20 cm đã được phết bơ và nướng trong lò nướng đã làm nóng trước ở nhiệt độ 160°C/325°F/nhiệt độ 3 trong 1 tiếng rưỡi cho đến khi một chiếc tăm cắm vào giữa rút ra sạch sẽ. Để yên trong chảo trong 5 phút, sau đó mở khuôn lên giá dây để nguội hoàn toàn.

Bánh trái cây tổng hợp

Làm bánh 8"/20cm

350 g/12 oz/2 chén hỗn hợp trái cây sấy khô (hỗn hợp bánh trái cây)

100 g/4 oz/½ chén bơ hoặc bơ thực vật

100 g/4 oz/½ cốc đường nâu mềm

150 ml/¼ pt/2/3 cốc nước

2 quả trứng lớn

225 g/8 oz/2 cốc bột mì tự nở (tự nở)

5ml/1 muỗng cà phê. gia vị xay (bánh táo)

Cho trái cây, bơ hoặc bơ thực vật, đường và nước vào nồi, đun sôi rồi đun nhỏ lửa trong 15 phút. Để nguội. Cho từng thìa trứng xen kẽ với bột mì và hỗn hợp gia vị vào trộn đều. Đổ vào khuôn bánh có đường kính 8/20 cm đã phết bơ và nướng trong lò nướng đã làm nóng trước ở 140°C/275°F/nhiệt độ 1 trong 1 đến 1 tiếng rưỡi, cho đến khi một chiếc tăm cắm vào giữa rút ra sạch sẽ .

bánh trái cây Úc

Làm bánh 900 g/2 lb

100 g/4 oz/½ chén bơ hoặc bơ thực vật

225 g/8 oz/1 cốc đường nâu mềm

250 ml/8 fl oz/1 cốc nước

350 g/12 oz/2 chén hỗn hợp trái cây sấy khô (hỗn hợp bánh trái cây)

5ml/1 tsp muối nở (baking soda)

10ml/2 muỗng canh. gia vị xay (bánh táo)

5ml/1 muỗng cà phê. gừng xay

100 g/4 oz/1 cốc bột mì tự nở (self-rising)

100 g/4 oz/1 cốc bột mì (đa dụng)

1 quả trứng đánh tan

Đun sôi tất cả các nguyên liệu trừ bột mì và trứng trong nồi. Di dời khỏi nóng và làm lạnh. Trộn bột và trứng. Cho hỗn hợp vào khay (thiếc) có ổ bánh mì 900g/2lb (thiếc) đã được bôi mỡ và lót giấy rồi nướng trong lò nướng có nhiệt độ 160°C/325°F/bộ điều nhiệt 3 đã được làm nóng trước trong 1 giờ cho đến khi nổi lên đều và tăm cắm vào giữa sẽ sạch.

bánh phú quốc mỹ

Làm bánh 10"/25 cm

225 g/8 oz/11/3 chén quả lý chua

100 g/4 oz/1 chén hạnh nhân chần

15 ml/1 tbsp nước hoa cam

45 ml/3 muỗng canh. muỗng canh sherry khô

1 lòng đỏ trứng lớn

2 quả trứng

350 g/12 oz/1½ chén bơ hoặc bơ thực vật, đã làm mềm

175 g/6 oz/¾ cốc đường bột (siêu mịn)

Một nhúm khối lượng mặt đất

Một nhúm quế xay

Một nhúm đinh hương đất

Một nhúm gừng xay

Một nhúm hạt nhục đậu khấu

30ml/2 muỗng canh rượu cognac

225 g/8 oz/2 chén bột mì (đa dụng)

2 oz/½ cốc/50 g vỏ hỗn hợp (kẹo) xắt nhỏ

Ngâm nho trong nước nóng 15 phút, sau đó để ráo nước. Nghiền hạnh nhân với nước hoa cam và 15 ml/1 muỗng canh rượu sherry cho đến khi mịn. Đánh đều lòng đỏ trứng gà và trứng gà. Đánh kem bơ hoặc bơ thực vật và đường với nhau, sau đó cho hỗn hợp hạnh nhân và trứng vào khuấy đều và đánh cho đến khi có màu trắng và đặc. Thêm các loại gia vị, phần còn lại của rượu sherry và rượu cognac. Cho bột mì vào khuấy đều, sau đó cho nho và vỏ hỗn hợp vào khuấy đều. Đổ vào khuôn bánh 10/25 cm đã phết bơ và nướng trong lò nướng đã làm nóng trước ở nhiệt độ 180°C/350°F/nhiệt 4 trong khoảng 1 giờ cho đến khi tăm cắm vào giữa bánh rút ra sạch.

Bánh trái cây carob

Làm bánh 7"/18 cm

450 g/1 lb/2⅔ cốc nho khô

½ pt/1¼ cốc/300 ml nước cam

6 oz/¾ cốc/175 g bơ hoặc bơ thực vật, để mềm

3 quả trứng, đánh nhẹ

225 g/8 oz/2 chén bột mì (đa dụng)

75 g/3 oz/¾ cốc bột carob

10ml/2 tsp bột nở

Vỏ bào của 2 quả cam

50 g/2 oz/½ cốc quả óc chó, xắt nhỏ

Ngâm nho khô trong nước cam qua đêm. Trộn bơ hoặc bơ thực vật và trứng cho đến khi mịn. Dần dần khuấy trong nho khô và nước cam và các thành phần còn lại. Đổ vào khuôn bánh 18 cm/7 đã phết bơ và lót giấy rồi nướng trong lò đã làm nóng trước ở nhiệt độ 180°C/350°F/nhiệt 4 trong 30 phút, sau đó hạ nhiệt độ lò xuống 160°C/325°F/nhiệt xăng 3 trong 30 phút. 1 tiếng rưỡi nữa cho đến khi một cây tăm được nhét vào giữa sẽ sạch sẽ. Để nguội trong 10 phút trong chảo trước khi mở khuôn lên giá dây để nguội hoàn toàn.

bánh trái cà phê

Làm bánh 10"/25 cm

450 g/1 lb/2 chén đường bột (siêu mịn)

2 chén/1 lb/450 g quả chà là (đã bỏ hạt), xắt nhỏ

450 g/1 lb/22/3 cốc nho khô

450 g/1 lb/22/3 cốc nho khô (nho khô vàng)

100 g/4 oz/½ chén anh đào tráng men (kẹo), xắt nhỏ

100 g/4 oz/1 chén hạt hỗn hợp xắt nhỏ

2 tách/¾ pt/450 ml cà phê đen đậm đặc

120 ml/4 fl oz/½ cốc dầu

100 g/4 oz/1/3 cốc xi-rô vàng (ngô nhẹ)

10ml/2 muỗng canh. quế đất

5ml/1 muỗng cà phê. hạt nhục đậu khấu

Một nhúm muối

10ml/2 muỗng cà phê bicarbonate soda (baking soda)

15ml/1 muỗng canh nước

2 quả trứng, đánh nhẹ

450 g/1 lb/4 chén bột mì (đa dụng)

120 ml/4 fl oz/½ cốc rượu sherry hoặc rượu mạnh

Đun sôi tất cả các nguyên liệu ngoại trừ muối nở, nước, trứng, bột mì và rượu sherry hoặc rượu cognac trong một cái chảo có đáy nặng. Đun sôi trong 5 phút, khuấy liên tục, sau đó tắt bếp và để nguội.

Trộn baking soda với nước và thêm vào hỗn hợp trái cây với trứng và bột mì. Đổ vào khuôn bánh có đường kính 10/25cm đã được bôi mỡ và lót sẵn rồi buộc một lớp giấy da (đã đánh sáp) hai lớp xung quanh bên ngoài để nó treo trên miệng khuôn. Nướng trong lò đã làm nóng trước ở 160°C/325°F/nhiệt độ 3 trong 1 giờ. Giảm nhiệt độ lò xuống 150°C/300°F/nhiệt độ 2 và nướng thêm một giờ nữa. Giảm nhiệt độ lò xuống 140°C/275°F/nhiệt độ 1 và nướng trong giờ thứ ba. Giảm nhiệt độ lò một lần nữa xuống 120°C/250°F/nhiệt độ ½ và nướng trong một giờ cuối cùng, che mặt trên của bánh bằng giấy da (sáp) nếu nó bắt đầu chuyển sang màu nâu quá nhiều. Khi nướng, một que xiên vào giữa sẽ rút ra sạch và bánh sẽ bắt đầu co lại ở các cạnh chảo.

Bánh nặng Cornish

Làm bánh 900 g/2 lb

350 g/12 oz/3 chén bột mì (đa dụng)

2,5ml/½ muỗng cà phê muối

175 g/6 oz/¾ cốc mỡ lợn (rút ngắn)

75 g/3 oz/1/3 chén đường bột (siêu mịn)

175 g/6 oz/1 chén quả lý chua

Một ít vỏ hỗn hợp (kẹo) xắt nhỏ (tùy chọn)

Khoảng ¼ pt/2/3 cốc/150 ml sữa và nước trộn với nhau

1 quả trứng đánh tan

Cho bột mì và muối vào tô, sau đó cho mỡ lợn vào khuấy đều cho đến khi hỗn hợp giống như vụn bánh mì. Khuấy trong phần còn lại của các thành phần khô. Dần dần thêm đủ sữa và nước để tạo thành một khối bột cứng. Nó sẽ không mất nhiều. Trải trên một tấm nướng (nấu ăn) đã bôi mỡ cho đến khi dày khoảng ½ inch/1 cm. Men với trứng đánh. Vẽ một hình chữ thập lên trên bằng đầu dao. Nướng trong lò đã làm nóng trước ở 160°C/325°F/nhiệt độ 3 trong khoảng 20 phút cho đến khi có màu vàng nâu. Để nguội, sau đó cắt thành hình vuông.

bánh nho

Làm bánh 9"/23 cm

225 g/8 oz/1 chén bơ hoặc bơ thực vật

300 g/11 oz/1½ chén đường bột (siêu mịn)

Một nhúm muối

100 ml/3½ fl oz/6½ tbsp nước sôi

3 quả trứng

400 g/14 oz/3½ chén bột mì (đa dụng)

175 g/6 oz/1 chén quả lý chua

2 oz/½ cốc/50 g vỏ hỗn hợp (kẹo) xắt nhỏ

100 ml/3½ fl oz/6½ tbsp nước lạnh

15ml/1 muỗng canh bột nở

Cho bơ hoặc bơ thực vật, đường và muối vào tô, đổ nước sôi vào và để yên cho đến khi mềm. Đánh nhanh cho đến khi sáng và kem. Dần dần thêm trứng, sau đó khuấy bột mì, nho và vỏ hỗn hợp, xen kẽ với nước lạnh. Thêm bột nở. Đổ bột vào khuôn bánh 9 cm/23 cm đã phết bơ và nướng trong lò đã làm nóng trước ở 180°C/350°F/nhiệt 4 trong 30 phút. Giảm nhiệt độ lò xuống 150°C/300°F/nhiệt độ 2 và nướng thêm 40 phút nữa cho đến khi một cây tăm cắm vào giữa lò rút ra sạch sẽ. Để nguội trong chảo 10 phút trước khi mở khuôn để làm nguội hoàn toàn trên giá dây.

Bánh trái cây màu đen

Làm bánh 10"/25 cm

8 oz/1 chén hỗn hợp trái cây tráng men (kẹo), xắt nhỏ

2 cốc/12 oz/350 g quả chà là (đọ sức), xắt nhỏ

8 oz/11/3 cốc nho khô

8 oz/1 chén anh đào tráng men (kẹo), xắt nhỏ

100 g/4 oz/½ cốc dứa đông lạnh (kẹo), xắt nhỏ

100 g/4 oz/1 chén hạt hỗn hợp xắt nhỏ

225 g/8 oz/2 chén bột mì (đa dụng)

5ml/1 tsp muối nở (baking soda)

5ml/1 muỗng cà phê. quế đất

2,5 ml/½ muỗng cà phê. tiêu

1,5ml/¼ muỗng cà phê đinh hương đất

1,5ml/¼ muỗng cà phê muối

225 g/8 oz/1 cốc mỡ lợn (rút ngắn)

225 g/8 oz/1 cốc đường nâu mềm

3 quả trứng

175 g/6 oz/½ cốc mật mía (mật đường)

2,5ml/½ muỗng cà phê tinh chất vani (chiết xuất)

120 ml/4 fl oz/½ cốc bơ sữa

Trộn trái cây và các loại hạt. Kết hợp bột mì, baking soda, gia vị và muối và khuấy trong ½ cốc/2 oz/50 g trái cây. Đánh cùng nhau mỡ lợn và đường cho đến khi nhẹ và mịn. Dần dần thêm trứng, đánh đều sau mỗi lần thêm. Khuấy mật đường và tinh chất vani. Thêm buttermilk xen kẽ với hỗn hợp bột còn lại và đánh cho đến khi mịn.

Khuấy trái cây. Đổ vào khuôn bánh có đường kính 10/25 cm đã được phết bơ và nướng trong lò đã làm nóng trước ở nhiệt độ 140°C/275°F/nhiệt độ 1 trong 2 tiếng rưỡi cho đến khi tăm cắm vào giữa bánh sạch sẽ. Để nguội trong chảo trong 10 phút, sau đó mở khuôn lên giá để nguội hoàn toàn.

bánh hấp dẫn

Làm bánh 8"/20cm

12/3 chén/10 oz/275 g hỗn hợp trái cây sấy khô (hỗn hợp bánh trái cây)

100 g/4 oz/½ chén bơ hoặc bơ thực vật

150 ml/¼ pt/2/3 cốc nước

1 quả trứng đánh tan

225 g/8 oz/2 chén bột mì (đa dụng)

Một nhúm muối

100 g/4 oz/½ chén đường bột (siêu mịn)

Cho trái cây, bơ hoặc bơ thực vật và nước vào nồi đun nhỏ lửa trong 20 phút. Để nguội. Thêm trứng, sau đó dần dần kết hợp bột mì, muối và đường. Đổ vào khuôn bánh có đường kính 20 cm/8 in đã phết bơ và nướng trong lò nướng đã làm nóng trước ở 160°C/325°F/nhiệt độ 3 trong 1 giờ 30 phút cho đến khi tăm cắm vào giữa tăm sạch sẽ.

Bánh Dundee

Làm bánh 8"/20cm

8 oz/1 chén bơ hoặc bơ thực vật, làm mềm

225 g/8 oz/1 cốc đường bột (siêu mịn)

4 quả trứng lớn

225 g/8 oz/2 chén bột mì (đa dụng)

Một nhúm muối

350 g/12 oz/2 chén quả lý chua

350 g/12 oz/2 cốc nho khô (nho khô vàng)

175 g/6 oz/1 chén hỗn hợp (kẹo) vỏ cây xắt nhỏ

100 g/4 oz/1 chén anh đào tráng men (kẹo), cắt làm tư

Vỏ bào của ½ quả chanh

50 g/2 oz hạnh nhân nguyên hạt, chần qua

Đánh bơ và đường cho đến khi nhạt màu. Thêm từng quả trứng vào, đánh đều giữa mỗi lần thêm. Khuấy bột và muối. Khuấy trái cây và vỏ chanh. Cắt nhỏ một nửa số hạnh nhân và thêm chúng vào hỗn hợp. Đổ vào khuôn (chảo) nướng bánh 8"/20cm đã được bôi mỡ và lót giấy bạc rồi buộc một dải giấy màu nâu xung quanh bên ngoài khuôn sao cho khuôn cao hơn khuôn khoảng 2"/5cm. Tách hạnh nhân để dành ra và xếp thành những vòng tròn đồng tâm trên mặt bánh. Nướng trong lò đã làm nóng trước ở 150°C/300°F/nhiệt độ 2 trong 3 tiếng rưỡi cho đến khi tăm cắm vào giữa thấy sạch. Kiểm tra sau 2h30 nếu mặt bánh bắt đầu chuyển sang màu nâu quá nhiều,

Bánh trái cây qua đêm không có trứng

Làm bánh 8"/20cm

2 oz/¼ cốc/50 g bơ hoặc bơ thực vật

225 g/8 oz/2 cốc bột mì tự nở (tự nở)

5ml/1 tsp muối nở (baking soda)

5ml/1 muỗng cà phê. hạt nhục đậu khấu

5ml/1 muỗng cà phê. gia vị xay (bánh táo)

Một nhúm muối

225 g/8 oz/11/3 chén hỗn hợp trái cây sấy khô (hỗn hợp bánh trái cây)

100 g/4 oz/½ cốc đường nâu mềm

250 ml/8 fl oz/1 cốc sữa

Chà bơ hoặc bơ thực vật vào bột mì, muối nở, gia vị và muối cho đến khi hỗn hợp giống như vụn bánh mì. Kết hợp trái cây và đường, sau đó khuấy sữa cho đến khi tất cả các thành phần được trộn đều. Che và để lại qua đêm.

Đổ hỗn hợp vào khuôn bánh có đường kính 20 cm/8 đã bôi mỡ và nướng trong lò đã làm nóng trước ở nhiệt độ 180°C/350°F/nhiệt độ 4 trong 1h30 cho đến khi một chiếc tăm cắm vào giữa sẽ tự rút ra.

Bánh trái cây không thể sai lầm

Làm bánh 9"/23 cm

225 g/8 oz/1 chén bơ hoặc bơ thực vật

200 g / 7 oz / ít 1 chén đường bột (siêu mịn)

175 g/6 oz/1 chén quả lý chua

175 g/6 oz/1 cốc nho khô (nho khô vàng)

2 oz/½ cốc/50 g vỏ hỗn hợp (kẹo) xắt nhỏ

75 g/3 oz/½ cốc quả chà là đã bỏ hạt (đã bỏ hạt), xắt nhỏ

5ml/1 tsp muối nở (baking soda)

200 ml / 7 fl oz / vừa đủ 1 cốc nước

2 oz/¼ cốc (75 g) quả anh đào tráng men (kẹo), cắt nhỏ

100 g/4 oz/1 chén hạt hỗn hợp xắt nhỏ

60ml/4 muỗng cà phê rượu mạnh hoặc sherry

300 g/11 oz/2¾ chén bột mì (đa dụng)

5ml/1 muỗng cà phê bột nở

Một nhúm muối

2 quả trứng, đánh nhẹ

Đun chảy bơ hoặc bơ thực vật, sau đó cho đường, nho khô, nho khô, vỏ và chà là vào khuấy đều. Trộn baking soda với một ít nước và khuấy vào hỗn hợp trái cây với nước còn lại. Đun sôi, sau đó đun nhỏ lửa trong 20 phút, thỉnh thoảng khuấy. Che và để yên qua đêm.

Bơ và lót một khuôn bánh 9 cm/23 cm (thiếc) và buộc hai lớp giấy nến (đã đánh sáp) hoặc giấy nâu để giữ phía trên miệng khuôn. Khuấy anh đào tráng men, quả óc chó và rượu mạnh hoặc rượu sherry vào hỗn hợp, sau đó khuấy đều bột mì, bột nở và muối. Cho trứng vào khuấy đều. Đổ vào khuôn bánh đã chuẩn bị sẵn và nướng trong lò đã làm nóng trước ở 160°C/325°F/nhiệt 3 trong 1 giờ. Giảm nhiệt độ lò xuống 140°C/275°F/nhiệt độ 1 và nướng thêm một giờ nữa. Giảm nhiệt độ lò một lần nữa xuống 120°C/250°F/nhiệt độ ½ và nướng thêm 1 giờ nữa cho đến khi một chiếc tăm cắm vào giữa lò rút ra sạch sẽ. Che mặt trên của bánh bằng một vòng tròn giấy da hoặc giấy nâu cho đến khi kết thúc quá trình nướng nếu bánh chuyển sang màu nâu quá nhiều. Để nguội trong chảo trong 30 phút,

Bánh trái gừng

Làm bánh 7"/18 cm

100 g/4 oz/½ cốc bơ hoặc bơ thực vật, đã làm mềm

100 g/4 oz/½ chén đường bột (siêu mịn)

2 quả trứng, đánh nhẹ

30ml/2 muỗng canh sữa

225 g/8 oz/2 cốc bột mì tự nở (tự nở)

5ml/1 muỗng cà phê bột nở

10ml/2 muỗng canh. gia vị xay (bánh táo)

5ml/1 muỗng cà phê. gừng xay

100g/4oz/2/3 chén nho khô

100 g/4 oz/2/3 cốc nho khô (nho khô vàng)

Đánh bơ hoặc bơ thực vật và đường với nhau cho đến khi nhẹ và mịn. Dần dần thêm trứng và sữa, sau đó thêm bột mì, bột nở và gia vị, sau đó là trái cây. Đổ hỗn hợp vào khuôn bánh 7/18 cm đã bôi mỡ và lót giấy rồi nướng trong lò đã làm nóng trước ở nhiệt độ 160°C/325°F/nhiệt độ 3 trong 1 tiếng rưỡi cho đến khi bánh chín vàng và phồng đều.

Trang trại Honey Fruitcake

Làm bánh 8"/20cm

2/3 cốc/6 oz/175 g bơ hoặc margarine, để mềm

175 g/6 oz/½ chén mật ong nguyên chất

Vỏ bào của 1 quả chanh

3 quả trứng, đánh nhẹ

225 g/8 oz/2 chén bột mì (lúa mì nguyên cám)

10ml/2 tsp bột nở

5ml/1 muỗng cà phê. gia vị xay (bánh táo)

100g/4oz/2/3 chén nho khô

100 g/4 oz/2/3 cốc nho khô (nho khô vàng)

100 g/4 oz/2/3 chén quả lý chua

2 oz / 1/3 chén quả mơ khô ăn liền, xắt nhỏ

2 oz/50 g/1/3 chén hỗn hợp (kẹo) vỏ cây, xắt nhỏ

25 g/1 oz/¼ cốc hạnh nhân xay

25 g/1 oz/¼ cốc hạnh nhân

Đánh kem bơ hoặc bơ thực vật, mật ong và vỏ chanh cho đến khi nhẹ và mịn. Dần dần thêm trứng, sau đó khuấy trong hỗn hợp bột mì, bột nở và gia vị. Khuấy trái cây và hạnh nhân xay. Đổ vào khuôn bánh 20 cm đã phết bơ và lót giấy bạc, tạo một lỗ nhỏ ở giữa. Sắp xếp hạnh nhân trên cạnh trên của bánh. Nướng trong lò đã làm nóng trước ở 160°C/325°F/bộ điều chỉnh nhiệt độ 3 trong 2 đến 2 tiếng rưỡi, cho đến khi tăm sạch sẽ được cắm vào giữa. Che mặt trên của bánh bằng giấy da (sáp) khi kết thúc nấu nếu nó chuyển sang màu nâu quá nhiều. Để nguội trong 10 phút trong chảo trước khi mở khuôn lên giá dây để nguội hoàn toàn.

Bánh Genoa

Làm bánh 9"/23 cm

8 oz/1 chén bơ hoặc bơ thực vật, làm mềm

100 g/4 oz/½ chén đường bột (siêu mịn)

4 quả trứng, tách ra

5ml/1 muỗng cà phê. tinh chất hạnh nhân (chiết xuất)

5ml/1 muỗng cà phê. bào vỏ cam

8 oz/11/3 cốc nho khô, xắt nhỏ

2/3 cốc/100 g quả lý chua đỏ, xắt nhỏ

2/3 cốc/100 g nho khô vàng, xắt nhỏ

2 oz/50 g/¼ cốc anh đào tráng men (kẹo), cắt nhỏ

2 oz/50 g/1/3 chén hỗn hợp (kẹo) vỏ cây, xắt nhỏ

100 g/4 oz/1 cốc hạnh nhân xay

25 g/1 oz/¼ cốc hạnh nhân

350 g/12 oz/3 chén bột mì (đa dụng)

10ml/2 tsp bột nở

5ml/1 muỗng cà phê. quế đất

Đánh bơ hoặc bơ thực vật và đường với nhau, sau đó cho lòng đỏ trứng, tinh chất hạnh nhân và vỏ cam vào khuấy đều. Trộn trái cây và các loại hạt với một ít bột mì cho đến khi phủ một lớp bột mì, sau đó khuấy lần lượt từng thìa bột mì, bột nở và quế với từng thìa hỗn hợp trái cây cho đến khi hòa quyện. Đánh lòng trắng trứng cho đến khi cứng, sau đó trộn chúng vào hỗn hợp. Đổ vào khuôn bánh 9 cm/23 cm đã phết bơ và lót giấy rồi nướng trong lò đã làm nóng trước ở nhiệt độ 190°C/375°F/nhiệt 5 trong 30 phút, sau đó giảm nhiệt độ lò xuống 160°C/325°F/xăng 3 trong 1 tiếng rưỡi nữa cho đến khi chạm vào đàn hồi và một cây tăm được cắm vào giữa sẽ sạch sẽ. Để nguội cho vào khuôn.

bánh kem trái cây

Làm bánh 9"/23 cm

8 oz/1 chén bơ hoặc bơ thực vật, làm mềm

225 g/8 oz/1 cốc đường bột (siêu mịn)

4 quả trứng, đánh nhẹ

45 ml/3 muỗng canh. rượu cô nhắc

250 g/9 oz/1¼ chén bột mì (đa dụng)

2.5ml/½ muỗng cà phê bột nở

Một nhúm muối

8 oz/1 chén hỗn hợp trái cây đông lạnh (kẹo) như anh đào, dứa, cam, quả sung, thái lát

100g/4oz/2/3 chén nho khô

100 g/4 oz/2/3 cốc nho khô (nho khô vàng)

75 g/3 oz/½ chén quả lý chua

50 g/2 oz/½ chén hạt hỗn hợp xắt nhỏ

Vỏ bào của 1 quả chanh

Đánh bơ hoặc bơ thực vật và đường với nhau cho đến khi nhẹ và mịn. Dần dần thêm trứng và rượu cognac. Trong một bát riêng, kết hợp các thành phần còn lại cho đến khi trái cây được phủ đều trong bột. Thêm vào hỗn hợp và trộn đều. Đổ vào khuôn bánh 9/23 cm đã phết bơ và nướng trong lò đã làm nóng trước ở nhiệt độ 180°C/350°F/nhiệt 4 trong 30 phút. Giảm nhiệt độ lò xuống 150°C/300°F/nhiệt độ 3 và nướng thêm 50 phút nữa cho đến khi một cây tăm cắm vào giữa lò rút ra sạch sẽ.

Bánh trái cây Guinness

Làm bánh 9"/23 cm

225 g/8 oz/1 chén bơ hoặc bơ thực vật

225 g/8 oz/1 cốc đường nâu mềm

½ pt/1¼ cốc/300 ml Guinness hoặc bia đen

8 oz/11/3 cốc nho khô

225 g/8 oz/11/3 cốc nho khô (nho khô vàng)

225 g/8 oz/11/3 chén quả lý chua

2/3 cốc/100 g hỗn hợp (kẹo) vỏ cây, xắt nhỏ

550 g/1¼ lb/5 chén bột mì (đa dụng)

2.5ml/½ tsp muối nở (baking soda)

5ml/1 muỗng cà phê. gia vị xay (bánh táo)

2,5ml/½ muỗng cà phê hạt nhục đậu khấu

3 quả trứng, đánh nhẹ

Đun sôi bơ hoặc bơ thực vật, đường và Guinness trong một cái chảo nhỏ trên lửa nhỏ, khuấy đều cho đến khi hòa quyện. Khuấy trái cây và vỏ hỗn hợp, đun sôi, sau đó đun nhỏ lửa trong 5 phút. Di dời khỏi nóng và làm lạnh.

Trộn bột mì, baking soda và gia vị và tạo một cái giếng ở giữa. Thêm hỗn hợp trái cây tươi và trứng và trộn cho đến khi kết hợp. Đổ vào khuôn bánh 23 cm/9 cm đã phết bơ và lót giấy rồi nướng trong lò nướng đã làm nóng trước ở nhiệt độ 160°C/325°F/nhiệt độ 3 trong 2 giờ cho đến khi tăm cắm vào giữa thấy sạch. Để nguội trong chảo trong 20 phút, sau đó mở khuôn lên giá để nguội hoàn toàn.

bánh thịt bằm

Làm bánh 8"/20cm

225 g/8 oz/2 cốc bột mì tự nở (tự nở)

350 g/12 oz/2 chén thịt băm

75 g/3 oz/½ chén hỗn hợp trái cây sấy khô (hỗn hợp bánh trái cây)

3 quả trứng

2/3 cốc/5 oz/150 g bơ thực vật mềm

2/3 cốc/5 oz/150 g đường nâu mềm

Trộn tất cả các thành phần với nhau cho đến khi trộn đều. Đổ vào khuôn bánh 8 inch/20 cm đã phết bơ và lót sẵn rồi nướng trong lò đã làm nóng trước ở nhiệt độ 160°C/325°F/nhiệt độ 3 trong 1 tiếng rưỡi cho đến khi bánh nở đều và cứng lại khi chạm vào.

Bột yến mạch và bánh trái cây mơ

Làm bánh 8"/20cm

6 oz/¾ cốc/175 g bơ hoặc bơ thực vật, để mềm

50 g/2 oz/¼ cốc đường nâu mềm

30 ml/2 muỗng canh mật ong trong

3 quả trứng đánh tan

175 g/6 oz/¼ chén bột mì (lúa mì nguyên cám)

50g/2oz/½ chén bột yến mạch

10ml/2 tsp bột nở

250 g/9 oz/1½ chén hỗn hợp trái cây sấy khô (hỗn hợp bánh trái cây)

2 oz / 1/3 chén quả mơ khô ăn liền, xắt nhỏ

Vỏ bào và nước cốt của 1 quả chanh

Kem bơ hoặc bơ thực vật và đường với mật ong cho đến khi nhẹ và mịn. Dần dần thêm trứng, xen kẽ với bột mì và bột nở. Khuấy trái cây khô và nước chanh và niềm say mê. Đổ vào khuôn bánh có đường kính 20 cm/8 inch đã phết bơ và lót giấy bạc rồi nướng trong lò đã làm nóng trước ở nhiệt độ 180°C/350°F/nhiệt 4 trong 1 giờ. Giảm nhiệt độ lò xuống 160°C/325°F/nhiệt độ 3 và nướng thêm 30 phút nữa cho đến khi tăm sạch. Che mặt trên bằng giấy da nếu bánh bắt đầu nâu quá nhanh.

Bánh trái qua đêm

Làm bánh 8"/20cm

450 g/1 lb/4 chén bột mì (đa dụng)

225 g/8 oz/11/3 chén quả lý chua

225 g/8 oz/11/3 cốc nho khô (nho khô vàng)

225 g/8 oz/1 cốc đường nâu mềm

2 oz/50 g/1/3 chén hỗn hợp (kẹo) vỏ cây, xắt nhỏ

175 g/6 oz/¾ cốc mỡ lợn (rút ngắn)

15ml/1 muỗng cà phê muỗng canh xi-rô vàng (ngô nhạt)

10ml/2 muỗng cà phê bicarbonate soda (baking soda)

15ml/1 muỗng canh sữa

300 ml/½ pt/1¼ cốc nước

Trộn bột mì, trái cây, đường và vỏ. Làm tan chảy mỡ lợn và xi-rô và khuấy vào hỗn hợp. Hòa tan baking soda trong sữa và khuấy thành hỗn hợp bánh với nước. Đổ vào khuôn bánh 8 inch/20 cm đã phết bơ, đậy nắp và để yên qua đêm.

Nướng bánh trong lò đã làm nóng trước ở 160°C/375°F/nhiệt độ 3 trong 1 tiếng rưỡi cho đến khi tăm cắm vào giữa bánh thấy sạch.

Bánh nho khô và gia vị

Làm ổ bánh mì 900g/2lb

225 g/8 oz/1 cốc đường nâu mềm

300 ml/½ pt/1¼ cốc nước

100 g/4 oz/½ chén bơ hoặc bơ thực vật

15 ml/1 muỗng canh mật mía (mật mía)

175 g/6 oz/1 cốc nho khô

5ml/1 muỗng cà phê. quế đất

2. 5ml/½ muỗng cà phê. hạt nhục đậu khấu

2,5 ml/½ muỗng cà phê. tiêu

225 g/8 oz/2 chén bột mì (đa dụng)

5ml/1 muỗng cà phê bột nở

5ml/1 tsp muối nở (baking soda)

Đun chảy đường, nước, bơ hoặc bơ thực vật, mật đường, nho khô và gia vị trong một cái chảo nhỏ trên lửa vừa, khuấy liên tục. Đun sôi và đun nhỏ lửa trong 5 phút. Tắt bếp và khuấy trong phần còn lại của các thành phần. Đổ hỗn hợp vào khuôn ổ bánh mì (thiếc) 900g/2lb đã được bôi mỡ và lót giấy rồi nướng trong lò nướng có nhiệt độ 350°F/180°C/bộ điều nhiệt 4 đã làm nóng trước trong 50 phút, cho đến khi một chiếc tăm cắm vào giữa lấy ra sạch.

bánh bông lan

Làm bánh 6"/15cm

225 g/8 oz/2 chén bột mì (đa dụng)

Một nhúm muối

75 g/3 oz/1/3 chén bơ hoặc bơ thực vật

100 g/4 oz/½ chén đường bột (siêu mịn)

2.5ml/½ muỗng cà phê bột nở

100 g/4 oz/2/3 chén quả lý chua

2 quả trứng đánh tan

Một chút sữa

Cho bột mì và muối vào tô rồi cho bơ hoặc bơ thực vật vào khuấy đều cho đến khi hỗn hợp giống như vụn bánh mì. Thêm đường, men và nho. Thêm trứng và đủ sữa để trộn thành bột cứng. Tạo khuôn bánh 15 cm/6 đã phết bơ và lót giấy. Nướng trong lò nướng đã làm nóng trước ở 190°C/375°F/nhiệt độ 5 trong khoảng 45 phút, cho đến khi tăm cắm vào giữa thấy sạch. Để nguội trên giá.

bánh trái cây nghệ tây

Làm hai bánh 1lb/450g

2,5ml/½ muỗng cà phê sợi nghệ tây

Nước nóng

15 g/½ oz men tươi hoặc 20 ml/4 muỗng canh. nấm men khô

8 cốc/2 lbs/900 g bột mì (tất cả các mục đích)

225 g/8 oz/1 cốc đường bột (siêu mịn)

2,5 ml/½ muỗng cà phê. gia vị xay (bánh táo)

Một nhúm muối

100 g/4 oz/½ cốc mỡ lợn (rút ngắn)

100 g/4 oz/½ chén bơ hoặc bơ thực vật

300 ml/½ pt/1¼ cốc sữa nóng

350 g/12 oz/2 chén hỗn hợp trái cây sấy khô (hỗn hợp bánh trái cây)

2 oz / 1/3 chén hỗn hợp vỏ cây (kẹo) xắt nhỏ

Cắt nhỏ các sợi nghệ tây và ngâm chúng trong 45ml/3 muỗng canh nước ấm qua đêm.

Trộn men với 30ml/2tbsp bột mì, 5ml/1tsp đường và 75ml/5tbsp nước ấm rồi để chỗ ấm 20 phút cho sủi bọt.

Trộn bột và đường còn lại với gia vị và muối. Xoa mỡ lợn và bơ hoặc bơ thực vật cho đến khi hỗn hợp giống như vụn bánh mì, sau đó tạo một cái giếng ở giữa. Thêm hỗn hợp men, nghệ tây và chất lỏng nghệ tây, sữa ấm, trái cây trộn và vỏ và trộn thành bột mềm. Cho vào bát đã thoa dầu, dùng màng bọc thực phẩm (bọc nhựa) đậy lại và để ở nơi ấm áp trong 3 giờ.

Định hình thành hai ổ bánh, đặt vào hai khuôn (khuôn) ổ bánh mì 1lb/450g đã được bôi mỡ và nướng trong lò 450°F/220°C/nhiệt 7 đã được làm nóng trước trong 40 phút cho đến khi bánh nở đều và có màu vàng.

Bánh trái cây với soda

Làm bánh 450g/1lb

225 g/8 oz/2 chén bột mì (đa dụng)

1,5ml/¼ muỗng cà phê muối

Một nhúm muối nở (baking soda)

2 oz/¼ cốc/50 g bơ hoặc bơ thực vật

50 g/2 oz/¼ cốc đường bột (siêu mịn)

2/3 cốc/4 oz/100 g trái cây trộn khô (hỗn hợp bánh trái cây)

¼ pt/2/3 cốc/150 ml sữa đông hoặc sữa với 1 muỗng cà phê/5 ml nước chanh

5ml/1 muỗng cà phê. mật đường blackstrap (mật đường)

Kết hợp bột mì, muối và baking soda trong một cái bát. Chà bơ hoặc bơ thực vật cho đến khi hỗn hợp giống như vụn bánh mì. Thêm đường và trái cây và trộn đều. Đun nóng sữa và mật đường cho đến khi mật đường tan chảy, sau đó thêm vào các nguyên liệu khô và trộn để tạo thành hỗn hợp sệt. Đổ vào khuôn (thiếc) có ổ bánh mì 450 g/1 lb đã được bôi mỡ và nướng trong lò đã làm nóng trước ở nhiệt độ 375°F/190°C/lò nhiệt độ 5 trong khoảng 45 phút cho đến khi có màu vàng nâu.

Bánh trái cây nhanh

Làm bánh 8"/20cm

450 g/1 lb/22/3 chén hỗn hợp trái cây sấy khô (hỗn hợp bánh trái cây)

225 g/8 oz/1 cốc đường nâu mềm

100 g/4 oz/½ chén bơ hoặc bơ thực vật

150 ml/¼ pt/2/3 cốc nước

2 quả trứng đánh tan

225 g/8 oz/2 cốc bột mì tự nở (tự nở)

Đun sôi trái cây, đường, bơ hoặc bơ thực vật và nước, sau đó đậy nắp và đun nhỏ lửa trong 15 phút. Để nguội. Cho trứng và bột vào khuấy đều, sau đó đổ hỗn hợp vào khuôn bánh có đường kính 20 cm/8 đã bôi mỡ và nướng trong lò đã làm nóng trước ở nhiệt độ 150°C/300°F/nhiệt độ 3 trong 1h30 cho đến khi mặt trên vàng và thuôn lại từ các cạnh của hộp.

Bánh trái với trà nóng

Làm bánh 900 g/2 lb

450 g/1 lb/2½ chén hỗn hợp trái cây sấy khô (hỗn hợp bánh trái cây)

½ pt/1¼ cốc/300 ml trà đen nóng

10 oz/350 g/1¼ chén đường nâu mềm

350 g/10 oz/2½ cốc bột mì tự nở (tự nở)

1 quả trứng đánh tan

Cho trái cây vào trà nóng và ngâm qua đêm. Khuấy đường, bột mì và trứng rồi cho vào khuôn (khuôn) ổ bánh mì 900 g/2 lb đã được bôi mỡ và lót sẵn. Nướng trong lò đã làm nóng trước ở 160°C/325°F/nhiệt độ 3 trong 2 giờ cho đến khi nở đều và có màu vàng nâu.

Bánh trái cây trà lạnh

Làm bánh 6"/15cm

100 g/4 oz/½ chén bơ hoặc bơ thực vật

225 g/8 oz/11/3 chén hỗn hợp trái cây sấy khô (hỗn hợp bánh trái cây)

250 ml/8 fl oz/1 tách trà đen lạnh

225 g/8 oz/2 cốc bột mì tự nở (tự nở)

100 g/4 oz/½ chén đường bột (siêu mịn)

5ml/1 tsp muối nở (baking soda)

1 trứng lớn

Đun chảy bơ hoặc bơ thực vật trong chảo, thêm trái cây và trà và đun sôi. Đun nhỏ lửa trong 2 phút, sau đó để nguội. Thêm phần còn lại của các thành phần và trộn đều. Đổ vào khuôn bánh có đường kính 6/15cm đã được phết bơ và nướng trong lò nướng có nhiệt độ 325°F/160°C/bộ điều nhiệt 3 đã làm nóng trước trong 1¼-1½ giờ cho đến khi sờ vào thấy cứng lại. Để nguội, sau đó dùng thái lát và phết bơ.

Bánh trái cây không đường

Làm bánh 8"/20cm

4 quả mơ khô

60ml/4 muỗng canh nước cam

8 fl oz/1 cốc bia đen

100 g/4 oz/2/3 cốc nho khô (nho khô vàng)

100g/4oz/2/3 chén nho khô

50 g/2 oz/¼ chén quả lý chua

2 oz/¼ cốc/50 g bơ hoặc bơ thực vật

225 g/8 oz/2 cốc bột mì tự nở (tự nở)

75 g/3 oz/¾ chén hỗn hợp các loại hạt xắt nhỏ

10ml/2 muỗng canh. gia vị xay (bánh táo)

Bột cà phê hòa tan 5ml/1tsp

3 quả trứng, đánh nhẹ

15 ml/1 muỗng canh rượu mạnh hoặc rượu whisky

Ngâm quả mơ trong nước cam cho đến khi mềm, sau đó cắt nhỏ. Cho bia đen, trái cây khô và bơ hoặc bơ thực vật vào nồi, đun sôi rồi đun nhỏ lửa trong 20 phút. Để nguội.

Kết hợp bột mì, các loại hạt, gia vị và cà phê. Khuấy hỗn hợp bia đen, trứng và rượu mạnh hoặc rượu whisky. Đổ hỗn hợp vào khuôn bánh có đường kính 20 cm/8 cm đã phết bơ và nướng trong lò đã làm nóng trước ở nhiệt độ 180°C/350°F/nhiệt 4 trong 20 phút. Giảm nhiệt độ lò nướng xuống 150°C/300°F/nhiệt độ 2 và nướng thêm 1 tiếng rưỡi nữa cho đến khi một chiếc tăm cắm vào giữa lò rút ra sạch sẽ. Che mặt trên bằng giấy da (sáp) khi kết thúc nấu nếu nó chuyển sang màu nâu quá nhiều. Để nguội trong 10 phút trong chảo trước khi mở khuôn lên giá dây để nguội hoàn toàn.

bánh cupcake trái cây

Cho 48

100 g/4 oz/½ cốc bơ hoặc bơ thực vật, đã làm mềm

225 g/8 oz/1 cốc đường nâu mềm

2 quả trứng, đánh nhẹ

175 g/6 oz/1 cốc quả chà là đã bỏ hạt (đã bỏ hạt), xắt nhỏ

50 g/2 oz/½ chén hạt hỗn hợp xắt nhỏ

15 ml / 1 tbsp vỏ cam nạo

225 g/8 oz/2 chén bột mì (đa dụng)

5ml/1 tsp muối nở (baking soda)

2,5ml/½ muỗng cà phê muối

¼ pt/150 ml/2/3 cốc bơ sữa

6 quả anh đào tráng men (kẹo), thái lát

bánh kem trái cây màu cam

Kem bơ hoặc bơ thực vật và đường cho đến khi nhẹ và mịn. Đánh trứng từng chút một. Khuấy quả chà là, quả óc chó và vỏ cam. Kết hợp bột mì, baking soda và muối. Thêm vào hỗn hợp xen kẽ với buttermilk và đánh cho đến khi trộn đều. Múc vào khuôn bánh muffin 5 cm/2 đã được bôi mỡ và trang trí bằng quả anh đào. Nướng trong lò đã làm nóng trước ở 190°C/375°F/nhiệt độ 5 trong 20 phút, cho đến khi tăm cắm vào giữa thấy sạch. Chuyển sang giá làm mát và để cho đến khi vừa ấm, sau đó chải bằng men màu cam.

bánh trái cây giấm

Làm bánh 9"/23 cm

225 g/8 oz/1 chén bơ hoặc bơ thực vật

450 g/1 lb/4 chén bột mì (đa dụng)

225 g/8 oz/11/3 cốc nho khô (nho khô vàng)

100g/4oz/2/3 chén nho khô

100 g/4 oz/2/3 chén quả lý chua

225 g/8 oz/1 cốc đường nâu mềm

5ml/1 tsp muối nở (baking soda)

300 ml/½ pt/1¼ cốc sữa

45 ml/3 muỗng canh giấm mạch nha

Chà bơ hoặc bơ thực vật vào bột cho đến khi hỗn hợp giống như vụn bánh mì. Khuấy trái cây và đường và tạo một cái giếng ở trung tâm. Trộn baking soda, sữa và giấm – hỗn hợp sẽ sủi bọt. Khuấy thành phần khô cho đến khi trộn đều. Đổ hỗn hợp vào khuôn bánh 23 cm/9 cm đã phết bơ và lót giấy rồi nướng trong lò đã làm nóng trước ở nhiệt độ 200°C/400°F/nhiệt 6 trong 25 phút. Giảm nhiệt độ lò xuống 160°C/325°F/nhiệt độ 3 và nướng thêm 1 tiếng rưỡi nữa cho đến khi có màu vàng nâu và cứng lại khi chạm vào. Để nguội trong chảo trong 5 phút, sau đó mở khuôn lên giá để nguội hoàn toàn.

Bánh rượu whisky Virginia

Làm bánh 450g/1lb

100 g/4 oz/½ cốc bơ hoặc bơ thực vật, đã làm mềm

50 g/2 oz/¼ cốc đường bột (siêu mịn)

3 quả trứng, tách ra

175 g/6 oz/1½ chén bột mì (đa dụng)

5ml/1 muỗng cà phê bột nở

Một nhúm hạt nhục đậu khấu

Một nhúm khối lượng mặt đất

Cổng 120 ml/4 fl oz/½ cốc

30ml/2 muỗng canh rượu cognac

2/3 cốc/4 oz/100 g trái cây trộn khô (hỗn hợp bánh trái cây)

120 ml/4 fl oz/½ cốc rượu whisky

Đánh bơ và đường với nhau cho đến khi mịn. Trộn lòng đỏ trứng.
Kết hợp bột mì, bột nở và gia vị và trộn vào hỗn hợp. Khuấy port,
cognac và trái cây sấy khô. Đánh lòng trắng trứng cho đến khi
chúng tạo thành các đỉnh mềm, sau đó trộn chúng vào hỗn hợp. Đổ
vào khuôn (thiếc) ổ bánh mì 450g/1lb đã bôi mỡ và nướng trong
lò đã làm nóng trước ở nhiệt độ 160°C/325°F/nhiệt độ 3 trong 1
giờ cho đến khi tăm cắm vào chính giữa lò sẽ tự rút ra. Để nguội
trong chảo, sau đó đổ rượu whisky lên bánh và để yên trong chảo
24 giờ trước khi cắt.

bánh trái cây xứ Wales

Làm bánh 9"/23 cm

2 oz/¼ cốc/50 g bơ hoặc bơ thực vật

50 g/2 oz/¼ cốc mỡ lợn (rút ngắn)

225 g/8 oz/2 chén bột mì (đa dụng)

Một nhúm muối

10ml/2 tsp bột nở

100g/4oz/½ chén đường demerara

175 g/6 oz/1 chén hỗn hợp trái cây sấy khô (hỗn hợp bánh trái cây)

Vỏ bào và nước cốt của ½ quả chanh

1 quả trứng, đánh nhẹ

30ml/2 muỗng canh sữa

Chà bơ hoặc bơ thực vật và mỡ lợn vào bột mì, muối và men cho đến khi hỗn hợp giống như vụn bánh mì. Khuấy đường, trái cây, vỏ chanh và nước ép, sau đó trộn trứng và sữa và nhào cho đến khi bạn có được một khối bột mềm. Định hình thành khuôn vuông 9 cm/23 cm đã được bôi mỡ và lót giấy bạc rồi nướng trong lò 400°F/200°C/nhiệt 6 đã được làm nóng trước trong 20 phút cho đến khi nở và có màu vàng nâu.

bánh trắng trái cây

Làm bánh 9"/23 cm

100 g/4 oz/½ cốc bơ hoặc bơ thực vật, đã làm mềm

225 g/8 oz/1 cốc đường bột (siêu mịn)

5 quả trứng, đánh nhẹ

350 g/12 oz/2 chén trái cây sấy khô hỗn hợp

350 g/12 oz/2 cốc nho khô (nho khô vàng)

2/3 cốc/4 oz/100 g quả chà là (đã bỏ hạt), xắt nhỏ

100 g/4 oz/½ chén anh đào tráng men (kẹo), xắt nhỏ

100 g/4 oz/½ cốc dứa đông lạnh (kẹo), xắt nhỏ

100 g/4 oz/1 chén hạt hỗn hợp xắt nhỏ

225 g/8 oz/2 chén bột mì (đa dụng)

10ml/2 tsp bột nở

2,5ml/½ muỗng cà phê muối

60ml/4 muỗng cà phê nước ép dứa

Đánh bơ hoặc bơ thực vật và đường với nhau cho đến khi nhẹ và mịn. Dần dần thêm trứng, đánh đều sau mỗi lần thêm. Trộn tất cả các loại trái cây, quả hạch và một ít bột mì cho đến khi các nguyên liệu được phủ đều trong bột mì. Khuấy bột nở và muối vào phần bột còn lại, sau đó khuấy xen kẽ vào hỗn hợp trứng với nước dứa cho đến khi trộn đều. Thêm trái cây và trộn đều. Đổ vào khuôn bánh 9/23 cm đã phết bơ và lót giấy rồi nướng trong lò đã làm nóng trước ở nhiệt độ 140°C/275°F/nhiệt độ 1 trong khoảng 2 tiếng rưỡi cho đến khi tăm cắm vào giữa thấy sạch. Để nguội trong 10 phút trong chảo trước khi mở khuôn lên giá dây để nguội hoàn toàn.

bánh táo

Làm bánh 8"/20cm

175 g/6 oz/1½ cốc bột mì tự nở (tự nở)

5ml/1 muỗng cà phê bột nở

Một nhúm muối

2/3 cốc/5 oz/150 g bơ hoặc bơ thực vật

2/3 cốc/5 oz/150 g đường bột (siêu mịn)

1 quả trứng đánh tan

6 fl oz/¾ cốc sữa

3 quả táo ăn (tráng miệng), gọt vỏ, bỏ lõi và thái lát

2,5 ml/½ muỗng cà phê. quế đất

15 ml / 1 muỗng canh mật ong trong

Kết hợp bột mì, năng lượng nấu ăn và muối. Khuấy bơ hoặc bơ thực vật cho đến khi hỗn hợp giống như vụn bánh mì, sau đó khuấy đường. Trộn trứng và sữa. Đổ hỗn hợp vào khuôn bánh có đường kính 20cm đã phết bơ và lót giấy bạc rồi ấn nhẹ các lát táo lên trên. Rắc quế và rưới mật ong. Nướng trong lò đã làm nóng trước ở 200°C/400°F/nhiệt độ 6 trong 45 phút cho đến khi có màu vàng nâu và sờ vào thấy cứng.

Bánh táo cay và giòn

Làm bánh 8"/20cm

75 g/3 oz/1/3 chén bơ hoặc bơ thực vật

175 g/6 oz/1½ cốc bột mì tự nở (tự nở)

50 g/2 oz/¼ cốc đường bột (siêu mịn)

1 quả trứng

75ml/5 muỗng canh nước

3 quả táo ăn (tráng miệng), gọt vỏ, bỏ lõi và cắt làm tư

Đối với Trang trí :

75g/3oz/1/3 chén đường demerara

10ml/2 muỗng canh. quế đất

25 g/1 oz/2 muỗng canh bơ hoặc bơ thực vật

Chà bơ hoặc bơ thực vật vào bột cho đến khi hỗn hợp giống như vụn bánh mì. Khuấy đường, sau đó trộn trứng và nước để tạo thành một loại bột mềm. Thêm một chút nước nếu hỗn hợp quá khô. Trải bột trong khuôn bánh 20 cm/8 inch và ấn táo vào bột. Rắc đường demerara và quế và rắc bơ hoặc bơ thực vật. Nướng trong lò đã làm nóng trước ở 180°C/350°F/nhiệt độ 4 trong 30 phút cho đến khi có màu vàng nâu và sờ vào thấy cứng.

bánh táo mỹ

Làm bánh 8"/20cm

2 oz/¼ cốc/50 g bơ hoặc bơ thực vật, để mềm

225 g/8 oz/1 cốc đường nâu mềm

1 quả trứng, đánh nhẹ

5ml/1 tsp tinh chất vani (chiết xuất)

100 g/4 oz/1 cốc bột mì (đa dụng)

2.5ml/½ muỗng cà phê bột nở

2.5ml/½ tsp muối nở (baking soda)

2,5ml/½ muỗng cà phê muối

2,5 ml/½ muỗng cà phê. quế đất

2,5ml/½ muỗng cà phê hạt nhục đậu khấu

450 g/1 lb táo ăn (tráng miệng), gọt vỏ, bỏ lõi và thái hạt lựu

1 oz/¼ chén hạnh nhân, xắt nhỏ

Kem bơ hoặc bơ thực vật và đường cho đến khi nhẹ và mịn. Dần dần thêm trứng và tinh chất vani. Kết hợp bột mì, bột nở, baking soda, muối và gia vị và khuấy thành hỗn hợp cho đến khi trộn đều. Khuấy táo và các loại hạt. Đổ vào hộp thiếc vuông 20 cm đã bôi mỡ và lót giấy rồi nướng trong lò đã làm nóng sẵn ở nhiệt độ 180°C/350°F/nhiệt độ 4 trong 45 phút cho đến khi tăm chọc vào giữa thấy sạch.

bánh táo

Làm bánh 900 g/2 lb

100 g/4 oz/½ cốc bơ hoặc bơ thực vật, đã làm mềm

225 g/8 oz/1 cốc đường nâu mềm

2 quả trứng, đánh nhẹ

225 g/8 oz/2 chén bột mì (đa dụng)

5ml/1 muỗng cà phê. quế đất

2,5ml/½ muỗng cà phê hạt nhục đậu khấu

100 g/4 oz/1 chén táo nghiền (nước sốt)

5ml/1 tsp muối nở (baking soda)

30ml/2 muỗng canh nước ấm

Đánh bơ hoặc bơ thực vật và đường với nhau cho đến khi nhẹ và mịn. Dần dần thêm trứng. Khuấy bột mì, quế, nhục đậu khấu và táo xay nhuyễn. Trộn baking soda với nước nóng và khuấy nó vào hỗn hợp. Đổ vào khuôn (khuôn) ổ bánh mì 900 g/2 lb đã bôi mỡ và nướng trong lò đã làm nóng trước ở nhiệt độ 180°C/350°F/nhiệt độ 4 trong 1 tiếng rưỡi cho đến khi một chiếc tăm cắm vào giữa rút ra sạch sẽ .

bánh táo

Làm bánh 8"/20cm

100 g/4 oz/½ cốc bơ hoặc bơ thực vật, đã làm mềm

2/3 cốc/5 oz/150 g đường bột (siêu mịn)

3 quả trứng

225 g/8 oz/2 cốc bột mì tự nở (tự nở)

5ml/1 muỗng cà phê. gia vị xay (bánh táo)

5ml/1 tsp muối nở (baking soda)

5ml/1 muỗng cà phê bột nở

¼ pt/2/3 cốc/150 ml rượu táo khô

2 quả táo nướng (bánh), gọt vỏ, bỏ lõi và thái lát

75g/3oz/1/3 chén đường demerara

100 g/4 oz/1 chén hạt hỗn hợp xắt nhỏ

Trộn bơ hoặc bơ thực vật, đường, trứng, bột mì, gia vị, muối nở, bột nở và 120 ml/4 fl oz/½ cốc rượu táo cho đến khi trộn đều , thêm phần rượu táo còn lại nếu cần để tạo thành hỗn hợp sệt. Đổ một nửa hỗn hợp vào khuôn bánh 20 cm đã được bôi mỡ và lót giấy bạc rồi phủ một nửa lát táo lên trên. Trộn đường và các loại hạt rồi phết lên một nửa quả táo. Đổ hỗn hợp bánh còn lại lên trên cùng với táo còn lại và hỗn hợp đường và hạt còn lại. Nướng trong lò đã làm nóng trước ở 180°C/350°F/nhiệt độ 4 trong 1 giờ cho đến khi có màu vàng nâu và sờ vào thấy cứng.

Bánh táo và quế

Làm bánh 9"/23 cm

100 g/4 oz/½ chén bơ hoặc bơ thực vật

100 g/4 oz/½ chén đường bột (siêu mịn)

1 quả trứng, đánh nhẹ

100 g/4 oz/1 cốc bột mì (đa dụng)

5ml/1 muỗng cà phê bột nở

30ml/2 tbsp sữa (không bắt buộc)

2 quả táo nướng (bánh) lớn, gọt vỏ, bỏ lõi và thái lát

30 ml/2 tbsp đường cát (siêu mịn)

5ml/1 muỗng cà phê. quế đất

1 oz/¼ chén hạnh nhân, xắt nhỏ

30ml/2 muỗng canh đường demerara

Đánh bơ hoặc bơ thực vật và đường với nhau cho đến khi nhẹ và mịn. Dần dần thêm trứng, sau đó thêm bột mì và bột nở. Hỗn hợp phải khá chắc; nếu nó quá cứng, hãy thêm một ít sữa. Đổ một nửa hỗn hợp vào khuôn (khuôn) dạng lò xo 9/23 cm đã phết bơ và lót giấy. Xếp các lát táo lên trên. Kết hợp đường và quế và rắc hạnh nhân lên táo. Đổ hỗn hợp bánh còn lại lên trên và rắc đường demerara. Nướng trong lò nướng đã làm nóng trước ở 180°C/350°F/nhiệt độ 4 trong 30 đến 35 phút, cho đến khi tăm cắm vào giữa thấy sạch.

bánh táo Tây Ban Nha

Làm bánh 9"/23 cm

175 g/6 oz/¾ chén bơ hoặc bơ thực vật

6 Cox's ăn táo (tráng miệng), gọt vỏ, bỏ lõi và cắt làm tư

30 ml/2 muỗng canh. muỗng canh rượu táo

175 g/6 oz/¾ cốc đường bột (siêu mịn)

150 g/5 oz/1¼ chén bột mì (đa dụng)

10ml/2 tsp bột nở

5ml/1 muỗng cà phê. quế đất

3 quả trứng, đánh nhẹ

45ml/3 muỗng canh sữa

Đối với đóng băng:

60ml/4 muỗng cà phê muỗng canh mứt mơ (đóng hộp), rây (căng)

15ml/1 muỗng cà phê muỗng canh rượu táo

5ml/1 muỗng cà phê. bột bắp (cornstarch)

10ml/2 muỗng cà phê nước

Đun chảy bơ hoặc bơ thực vật trong chảo lớn (chảo rán) và xào các miếng táo trên lửa nhỏ trong 10 phút, khuấy một lần để chúng phủ bơ. Loại bỏ khỏi lửa. Cắt nhỏ một phần ba số táo và thêm rượu táo, sau đó khuấy đường, bột mì, bột nở và quế. Thêm trứng và sữa rồi đổ hỗn hợp vào khuôn bánh 9/23 cm đã được bôi mỡ và rắc bột mì. Xếp các lát táo còn lại lên trên. Nướng trong lò đã làm nóng trước ở 180°C/350°F/nhiệt độ 4 trong 45 phút cho đến khi nở đều và vàng đều, đồng thời bắt đầu co lại quanh các mặt chảo.

Để làm men, làm ấm mứt và rượu mạnh với nhau. Trộn bột ngô thành hỗn hợp sệt với nước rồi cho mứt và rượu cognac vào khuấy đều. Nấu trong vài phút, khuấy đều, cho đến khi trong. Chải bánh nóng và để nguội trong 30 phút. Lấy các mặt của hộp bánh ra, hâm nóng lớp kem phủ và chải lần thứ hai. Để nguội.

Bánh táo Sultana

Làm bánh 8"/20cm

350 g/12 oz/3 cốc bột mì tự nở (tự nở)

Một nhúm muối

2,5 ml/½ muỗng cà phê. quế đất

225 g/8 oz/1 chén bơ hoặc bơ thực vật

175 g/6 oz/¾ cốc đường bột (siêu mịn)

100 g/4 oz/2/3 cốc nho khô (nho khô vàng)

450 g/1 lb táo nấu ăn (bánh), gọt vỏ, bỏ lõi và thái nhỏ

2 quả trứng

Một chút sữa

Kết hợp bột mì, muối và quế, sau đó khuấy bơ hoặc bơ thực vật cho đến khi hỗn hợp giống như vụn bánh mì. Khuấy đường. Tạo một cái giếng ở giữa rồi cho nho khô, táo và trứng vào trộn đều, thêm một ít sữa để tạo thành hỗn hợp đặc. Đổ vào khuôn bánh 8"/20 cm đã bôi mỡ và nướng trong lò 4 nhiệt độ 350°F/180°C/bộ điều nhiệt 4 đã làm nóng trước trong khoảng 1 tiếng rưỡi đến 2 giờ cho đến khi sờ vào thấy cứng lại. Phục vụ nóng hoặc lạnh.

Bánh Táo Lộn Ngược

Làm bánh 9"/23 cm

2 quả táo ăn (tráng miệng), gọt vỏ, bỏ lõi và thái lát mỏng

75 g/3 oz/1/3 chén đường nâu mềm

45 ml/3 muỗng canh. nho khô

30ml/2 muỗng canh nước cốt chanh

Đối với bánh:

200 g/7 oz/1¾ chén bột mì (đa dụng)

50 g/2 oz/¼ cốc đường bột (siêu mịn)

10ml/2 tsp bột nở

5ml/1 tsp muối nở (baking soda)

5ml/1 muỗng cà phê. quế đất

Một nhúm muối

120 ml/4 fl oz/½ cốc sữa

50 g/2 oz/½ chén táo nghiền (nước sốt)

75ml/5 muỗng canh dầu

1 quả trứng, đánh nhẹ

5ml/1 tsp tinh chất vani (chiết xuất)

Trộn táo, đường, nho khô và nước cốt chanh rồi đặt vào đáy khuôn bánh 9/23 cm đã phết bơ. Trộn các nguyên liệu khô cho bánh và tạo một cái giếng ở giữa. Kết hợp sữa, sốt táo, dầu, trứng và tinh chất vani và khuấy vào các nguyên liệu khô cho đến khi hòa quyện. Đổ vào khuôn bánh và nướng trong lò đã làm nóng trước ở 180°C/350°F/nhiệt 4 trong 40 phút cho đến khi bánh có màu nâu vàng và co lại ở các cạnh khuôn. Để nguội trong khuôn 10 phút rồi cẩn thận úp ra đĩa. Phục vụ ấm hoặc lạnh.

bánh mì mơ

Làm ổ bánh mì 900g/2lb

8 oz/1 chén bơ hoặc bơ thực vật, làm mềm

225 g/8 oz/1 cốc đường bột (siêu mịn)

2 quả trứng đánh đều

6 quả mơ chín, bỏ hạt (đọ sức), bóc vỏ và xay nhuyễn

300 g/11 oz/2¾ chén bột mì (đa dụng)

5ml/1 tsp muối nở (baking soda)

Một nhúm muối

75 g/3 oz/¾ cốc hạnh nhân, xắt nhỏ

Kem bơ hoặc bơ thực vật và đường với nhau. Từ từ cho trứng vào khuấy đều, sau đó cho quả mơ vào khuấy đều. Khuấy bột mì, baking soda và muối. Khuấy các loại hạt. Đổ vào khuôn (khuôn) ổ bánh mì 900 g/2 lb đã được bôi mỡ và rắc bột mì rồi nướng trong lò đã làm nóng trước ở 180°C/350°F/nhiệt độ 4 trong 1 giờ cho đến khi tăm cắm vào giữa thấy sạch. Để nguội trong chảo trước khi mở khuôn.

Bánh mơ và gừng

Làm bánh 7"/18 cm

100 g/4 oz/1 cốc bột mì tự nở (self-rising)

100 g/4 oz/½ cốc đường nâu mềm

10ml/2 muỗng canh. gừng xay

100 g/4 oz/½ cốc bơ hoặc bơ thực vật, đã làm mềm

2 quả trứng, đánh nhẹ

2/3 cốc/100 g quả mơ khô ăn liền, xắt nhỏ

50g/2oz/1/3 cốc nho khô

Đánh đều bột mì, đường, gừng, bơ hoặc bơ thực vật và trứng cho đến khi mềm. Khuấy quả mơ và nho khô. Đổ hỗn hợp vào khuôn bánh 18 cm/7 cm đã phết bơ và lót giấy rồi nướng trong lò đã làm nóng trước ở nhiệt độ 180°C/350°F/nhiệt độ 4 trong 30 phút cho đến khi một chiếc tăm cắm vào giữa sẽ tự rút ra.

bánh mơ

Làm bánh 8"/20cm

120 ml/4 fl oz/½ cốc rượu mạnh hoặc rượu rum

120 ml/4 fl oz/½ cốc nước cam

8 oz / 11/3 chén quả mơ khô ăn liền, xắt nhỏ

100 g/4 oz/2/3 cốc nho khô (nho khô vàng)

6 oz/¾ cốc/175 g bơ hoặc bơ thực vật, để mềm

45 ml/3 muỗng canh mật ong trong

4 quả trứng, tách ra

175 g/6 oz/1½ cốc bột mì tự nở (tự nở)

10ml/2 tsp bột nở

Đun sôi rượu mạnh hoặc rượu rum và nước cam với quả mơ và nho khô. Trộn đều, sau đó tắt bếp và để yên cho đến khi nguội. Đánh bơ hoặc bơ thực vật và mật ong với nhau, sau đó dần dần kết hợp lòng đỏ trứng. Thêm bột mì và bột nở. Đánh lòng trắng trứng cho đến khi cứng, sau đó nhẹ nhàng trộn chúng vào hỗn hợp. Đổ vào khuôn bánh 20 cm đã phết bơ và lót giấy rồi nướng trong lò nướng đã làm nóng trước ở nhiệt độ 180°C/350°F/nhiệt độ 4 trong 1 giờ cho đến khi tăm cắm vào giữa thấy sạch. Để nguội cho vào khuôn.

bánh chuối

Làm bánh 9" x 13"/23 x 33 cm

4 quả chuối chín, nghiền nhuyễn

2 quả trứng, đánh nhẹ

350 g/12 oz/1½ chén đường bột (siêu mịn)

120 ml/4 fl oz/½ cốc dầu

5ml/1 tsp tinh chất vani (chiết xuất)

50 g/2 oz/½ chén hạt hỗn hợp xắt nhỏ

225 g/8 oz/2 chén bột mì (đa dụng)

10ml/2 muỗng cà phê bicarbonate soda (baking soda)

5ml/1 thìa cafe muối

Đánh đều chuối, trứng, đường, dầu và vani. Thêm các thành phần còn lại và khuấy cho đến khi vừa trộn. Đổ vào khuôn bánh có kích thước 9 x 13/23 x 33 cm và nướng trong lò đã làm nóng trước ở nhiệt độ 180°C/350°F/nhiệt 4 trong 45 phút cho đến khi tăm cắm vào giữa tăm sạch sẽ .

Bánh chuối chiên giòn

Làm bánh 9"/23 cm

100 g/4 oz/½ cốc bơ hoặc bơ thực vật, đã làm mềm

300 g/11 oz/11/3 chén đường bột (siêu mịn)

2 quả trứng, đánh nhẹ

175 g/6 oz/1½ chén bột mì (đa dụng)

2,5ml/½ muỗng cà phê muối

1,5ml/½ muỗng cà phê hạt nhục đậu khấu

5ml/1 tsp muối nở (baking soda)

75ml/5 muỗng canh sữa

Vài giọt tinh chất vani (chiết xuất)

4 quả chuối, nghiền

Đối với Trang trí :

50 g/2 oz/¼ cốc đường demerara

2 oz/50 g bột ngô, nghiền nhỏ

2,5 ml/½ muỗng cà phê. quế đất

25 g/1 oz/2 muỗng canh bơ hoặc bơ thực vật

Đánh bơ hoặc bơ thực vật và đường cho đến khi nhẹ và mịn. Dần dần đánh trứng, sau đó khuấy đều bột mì, muối và hạt nhục đậu khấu. Trộn baking soda với sữa và tinh chất vani và trộn vào hỗn hợp với chuối. Đổ vào khuôn vuông 23 cm đã phết bơ và lót giấy.

Để làm nhân bánh, kết hợp đường, bột ngô và quế rồi chà bơ hoặc bơ thực vật. Rắc bột lên bánh và nướng trong lò 4 nhiệt độ 350°F/180°C/nhiệt đã làm nóng trước trong 45 phút cho đến khi sờ vào thấy cứng.

xốp chuối

Làm bánh 9"/23 cm

100 g/4 oz/½ cốc bơ hoặc bơ thực vật, đã làm mềm

100 g/4 oz/½ chén đường bột (siêu mịn)

2 quả trứng đánh tan

2 quả chuối chín lớn, nghiền nhuyễn

225 g/8 oz/1 cốc bột mì tự nở (tự nở)

45ml/3 muỗng canh sữa

Đối với nhân và topping:

225 g/8 oz/1 cốc phô mai kem

30 ml/2 muỗng canh. kem chua ngọt

100g chuối sấy khô

Đánh bơ hoặc bơ thực vật và đường với nhau cho đến khi nhạt màu và mịn. Dần dần thêm trứng, sau đó khuấy trong chuối và bột mì. Khuấy sữa cho đến khi hỗn hợp có độ sệt như giọt nước. Đổ vào khuôn bánh 9 cm/23 cm đã được bôi mỡ và lót giấy rồi nướng trong lò đã làm nóng trước ở nhiệt độ 180°C/350°F/nhiệt độ 4 trong khoảng 30 phút cho đến khi tăm cắm vào giữa thấy sạch. Cho ra giá để nguội rồi cắt đôi theo chiều ngang.

Để làm nhân bánh, đánh kem pho mát và kem chua với nhau rồi dùng một nửa hỗn hợp để kẹp hai nửa bánh. Rải phần còn lại của hỗn hợp lên trên và trang trí với chuối bào.

Bánh chuối giàu chất xơ

Làm bánh 7"/18 cm

100 g/4 oz/½ cốc bơ hoặc bơ thực vật, đã làm mềm

50 g/2 oz/¼ cốc đường nâu mềm

2 quả trứng, đánh nhẹ

100 g/4 oz/1 cốc bột mì (lúa mì nguyên cám)

10ml/2 tsp bột nở

2 quả chuối, nghiền

Đối với điền:
225 g/8 oz/1 chén phô mai sữa đông (phô mai mịn)

5ml/1 thìa nước cốt chanh

15 ml / 1 muỗng canh mật ong trong

1 quả chuối, thái lát

Đường đóng băng (bánh kẹo), rây, để làm sạch

Đánh bơ hoặc bơ thực vật và đường với nhau cho đến khi nhẹ và mịn. Từ từ cho trứng vào khuấy đều, sau đó cho bột mì và bột nở vào khuấy đều. Nhẹ nhàng khuấy trong chuối. Chia hỗn hợp vào hai khuôn bánh có đường kính 7cm/18cm đã được bôi mỡ và nướng trong lò đã làm nóng trước trong 30 phút cho đến khi sờ vào thấy cứng lại. Để nguội.

Để làm nhân bánh, đánh kem phô mai, nước cốt chanh và mật ong rồi phết lên một trong những chiếc bánh. Xếp các lát chuối lên trên, sau đó phủ lớp bánh thứ hai lên trên. Phục vụ rắc đường đóng băng.

Bánh chuối và chanh

Làm bánh 7"/18 cm

100 g/4 oz/½ cốc bơ hoặc bơ thực vật, đã làm mềm

175 g/6 oz/¾ cốc đường bột (siêu mịn)

2 quả trứng, đánh nhẹ

225 g/8 oz/2 cốc bột mì tự nở (tự nở)

2 quả chuối, nghiền

Đối với nhân và topping:

75 ml/5 muỗng canh. chanh curd

2 quả chuối, thái lát

45ml/3 muỗng canh nước cốt chanh

2/3 cốc/4 oz/100 g đường (dùng cho bánh kẹo), rây

Đánh bơ hoặc bơ thực vật và đường với nhau cho đến khi nhẹ và mịn. Dần dần thêm trứng, đánh đều sau mỗi lần thêm, sau đó thêm bột và chuối. Chia hỗn hợp vào hai hộp bánh sandwich 7/18 cm đã được bôi mỡ và lót giấy bạc rồi nướng trong lò đã làm nóng trước ở 180°C/350°F/nhiệt 4 trong 30 phút. Mở khuôn và để nguội.

Kẹp bánh với sữa đông chanh và một nửa lát chuối. Rưới những lát chuối còn lại với 15 ml/1 muỗng canh. nước chanh. Trộn nước cốt chanh còn lại với đường đóng băng để tạo thành lớp men cứng (đóng băng). Phết kem lên mặt bánh và trang trí bằng những lát chuối.

Bánh chuối sô cô la trong máy xay sinh tố

Làm bánh 8"/20cm

225 g/8 oz/2 cốc bột mì tự nở (tự nở)

2.5ml/½ muỗng cà phê bột nở

40 g/1½ oz/3 muỗng canh bột sô cô la uống

2 quả trứng

60ml/4 muỗng canh sữa

2/3 cốc/5 oz/150 g đường bột (siêu mịn)

100 g/4 oz/½ cốc bơ thực vật mềm

2 quả chuối chín, xắt nhỏ

Kết hợp bột mì, bột nở và sô cô la uống. Xay các nguyên liệu còn lại trong máy xay sinh tố hoặc máy xay thực phẩm trong khoảng 20 giây - hỗn hợp sẽ đông lại. Đổ nguyên liệu khô vào và trộn đều. Đổ vào khuôn bánh có đường kính 20 cm/8 inch đã phết bơ và nướng trong lò đã làm nóng trước ở nhiệt độ 180°C/350°F/nhiệt độ 4 trong khoảng 1 giờ, cho đến khi tăm chọc vào giữa thấy sạch. Chuyển ra một giá dây để làm mát.

bánh chuối đậu phộng

Làm bánh 900 g/2 lb

275 g/10 oz/2½ chén bột mì (đa dụng)

225 g/8 oz/1 cốc đường bột (siêu mịn)

100 g/4 oz/1 chén đậu phộng, thái nhỏ

15ml/1 muỗng canh bột nở

Một nhúm muối

2 quả trứng, tách ra

6 quả chuối nghiền

Vỏ bào và nước cốt của 1 quả chanh nhỏ

2 oz/¼ cốc/50 g bơ hoặc bơ thực vật, tan chảy

Kết hợp bột mì, đường, các loại hạt, bột nở và muối. Đánh lòng đỏ trứng và khuấy chúng vào hỗn hợp với chuối, vỏ chanh và nước trái cây và bơ hoặc bơ thực vật. Đánh lòng trắng trứng cho đến khi cứng, sau đó trộn chúng vào hỗn hợp. Đổ vào khuôn (khuôn) ổ bánh mì 900 g/2 lb đã bôi mỡ và nướng trong lò đã làm nóng trước ở nhiệt độ 180°C/350°F/nhiệt độ 4 trong 1 giờ cho đến khi một chiếc tăm cắm vào giữa lò tự rút ra.

Bánh chuối nho khô tất cả trong một

Làm bánh 900 g/2 lb

450 g/1 lb chuối chín, nghiền

50 g/2 oz/½ chén hạt hỗn hợp xắt nhỏ

120 ml/4 fl oz/½ chén dầu hướng dương

100g/4oz/2/3 chén nho khô

75 g/3 oz/¾ cốc yến mạch cán mỏng

150 g/5 oz/1¼ chén bột mì nguyên cám (lúa mì nguyên cám)

1,5ml/¼ muỗng cà phê tinh chất hạnh nhân (chiết xuất)

Một nhúm muối

Trộn tất cả các thành phần với nhau để có được một hỗn hợp mềm và ẩm. Đổ vào chảo (thiếc) có ổ bánh mì 900 g/2 lb đã được bôi mỡ và lót giấy rồi nướng trong lò nướng có nhiệt độ 190°C/375°F/bộ điều chỉnh nhiệt độ 5 đã được làm nóng trước trong 1 giờ cho đến khi có màu vàng nâu và một chiếc tăm cắm vào giữa rút ra sạch sẽ. Để nguội trong chảo 10 phút trước khi mở khuôn.

Bánh Whisky Chuối

Làm bánh 10"/25 cm

8 oz/1 chén bơ hoặc bơ thực vật, làm mềm

450 g/1 lb/2 cốc đường nâu mềm

3 quả chuối chín, nghiền nhuyễn

4 quả trứng, đánh nhẹ

1½ cốc/6 oz/175 g hồ đào, thái nhỏ

225 g/8 oz/11/3 cốc nho khô (nho khô vàng)

350 g/12 oz/3 chén bột mì (đa dụng)

15ml/1 muỗng canh bột nở

5ml/1 muỗng cà phê. quế đất

2,5 ml/½ muỗng cà phê. gừng xay

2,5ml/½ muỗng cà phê hạt nhục đậu khấu

150 ml/¼ pint/2/3 chén rượu whisky

Đánh bơ hoặc bơ thực vật và đường với nhau cho đến khi nhẹ và mịn. Cho chuối vào khuấy đều, sau đó cho trứng vào từ từ. Trộn quả óc chó và nho khô với một thìa lớn bột mì, sau đó, trong một bát riêng, trộn phần bột còn lại với bột nở và gia vị. Thêm bột vào hỗn hợp kem xen kẽ với rượu whisky. Khuấy các loại hạt và nho khô. Đổ hỗn hợp vào khuôn (khuôn) bánh 25 cm/10 cm không bôi mỡ và nướng trong lò đã làm nóng trước ở nhiệt độ 180°C/350°F/nhiệt 4 trong 1 tiếng rưỡi cho đến khi chạm vào thấy mềm. Để nguội trong 10 phút trong chảo trước khi mở khuôn lên giá dây để nguội hoàn toàn.

bánh việt quất

Làm bánh 9"/23 cm

175 g/6 oz/¾ cốc đường bột (siêu mịn)

60ml/4 muỗng canh dầu

1 quả trứng, đánh nhẹ

120 ml/4 fl oz/½ cốc sữa

225 g/8 oz/2 chén bột mì (đa dụng)

10ml/2 tsp bột nở

2,5ml/½ muỗng cà phê muối

225g/8oz việt quất

Đối với Trang trí :

2 oz/¼ cốc/50 g bơ hoặc bơ thực vật, tan chảy

100g/4oz/½ chén đường cát

2 oz/50 g/¼ chén bột mì (tất cả các mục đích)

2,5 ml/½ muỗng cà phê. quế đất

Đánh đường, dầu và trứng với nhau cho đến khi mịn và nhạt màu. Thêm sữa, sau đó trộn bột mì, bột nở và muối. Khuấy quả việt quất. Đổ hỗn hợp vào khuôn bánh 9/23 cm đã phết bơ và bột. Kết hợp các thành phần topping và rắc lên trên hỗn hợp. Nướng trong lò đã làm nóng trước ở 190°C/375°F/nhiệt độ 5 trong 50 phút, cho đến khi tăm cắm vào giữa thấy sạch. Phục vụ nóng.

Bánh sỏi với anh đào

Làm bánh 900 g/2 lb

6 oz/¾ cốc/175 g bơ hoặc bơ thực vật, để mềm

175 g/6 oz/¾ cốc đường bột (siêu mịn)

3 quả trứng đánh tan

225 g/8 oz/2 chén bột mì (đa dụng)

2.5ml/½ muỗng cà phê bột nở

100 g/4 oz/2/3 cốc nho khô (nho khô vàng)

2/3 cốc/5 oz/150 g quả anh đào tráng men (kẹo), cắt làm tư

8 oz/225 g quả anh đào tươi, đã bỏ hạt (đọ sức) và cắt đôi

30 ml/2 muỗng canh mứt mơ (cửa hàng)

Đánh bơ hoặc bơ thực vật cho đến khi mềm, sau đó khuấy đường. Kết hợp trứng, sau đó là bột mì, bột nở, nho khô và kẹo anh đào. Đổ vào khuôn (khuôn) ổ bánh mì 900 g/2 lb đã bôi mỡ và nướng trong lò đã làm nóng trước ở 160°C/325°F/nhiệt độ 3 trong 2 tiếng rưỡi. Để yên trong chảo trong 5 phút, sau đó mở khuôn lên giá dây để nguội hoàn toàn.

Sắp xếp các quả anh đào thành một hàng trên mặt bánh. Đun sôi mứt mơ trong một cái chảo nhỏ, sau đó lọc (rây) và chải mặt trên của bánh để tráng men.

Bánh anh đào và dừa

Làm bánh 8"/20cm

350 g/12 oz/3 cốc bột mì tự nở (tự nở)

175 g/6 oz/¾ chén bơ hoặc bơ thực vật

8 oz/1 cốc anh đào tráng men (kẹo), cắt làm tư

100 g/4 oz/1 cốc dừa nạo sấy (đã nạo)

175 g/6 oz/¾ cốc đường bột (siêu mịn)

2 quả trứng lớn, đánh nhẹ

200 ml/7 fl oz/ít 1 cốc sữa

Cho bột vào bát và khuấy bơ hoặc bơ thực vật cho đến khi hỗn hợp giống như vụn bánh mì. Trộn anh đào trong dừa, sau đó thêm chúng vào hỗn hợp với đường và trộn nhẹ. Thêm trứng và hầu hết sữa. Đánh đều, thêm sữa nếu cần để tạo độ sánh của những giọt mềm. Đổ vào khuôn bánh 20 cm đã phết bơ và lót sẵn. Nướng trong lò đã làm nóng trước ở 180°C/350°F/bộ điều nhiệt 4 trong 1 tiếng rưỡi cho đến khi tăm cắm vào giữa thấy sạch.

Bánh anh đào Sultana

Làm bánh 900 g/2 lb

100 g/4 oz/½ cốc bơ hoặc bơ thực vật, đã làm mềm

100 g/4 oz/½ chén đường bột (siêu mịn)

3 quả trứng, đánh nhẹ

100 g/4 oz/½ cốc anh đào tráng men (kẹo)

350 g/12 oz/2 cốc nho khô (nho khô vàng)

175 g/6 oz/1½ chén bột mì (đa dụng)

Một nhúm muối

Đánh bơ hoặc bơ thực vật và đường với nhau cho đến khi nhẹ và mịn. Dần dần thêm trứng. Quăng quả anh đào và nho khô vào một ít bột mì để phủ lên chúng, sau đó khuấy phần bột mì còn lại vào hỗn hợp với muối. Khuấy anh đào và nho khô. Đổ hỗn hợp vào khuôn (khuôn) ổ bánh mì 900 g/2 lb đã được bôi mỡ và lót giấy rồi nướng trong lò đã làm nóng trước ở 160°C/325°F/nhiệt độ 3 trong 1 tiếng rưỡi cho đến khi tăm cắm vào giữa thấy sạch.

www.ingramcontent.com/pod-product-compliance
Lightning Source LLC
Chambersburg PA
CBHW051652060726
47593CB00021B/375